D1763989

மாற்றம்

மாற்றம்

மோ-யான் (பி. 1955)

மோ-யான் என்கிற புனைபெயருக்குச் சீன மொழியில் 'பேசாதே' என்று பொருள். அவரது இளம்பருவத்தில் சீனாவில் இருந்த அரசியல் புரட்சிச் சூழலில் அவரது அப்பாவும் அம்மாவும் தந்த எச்சரிக்கைகளின் அடிப்படையில் இந்தப் பெயரைச் சூட்டிக்கொண்டார். ஒரு வகையில் அவர் எழுதும் விஷயங்களுக்கும் இந்தப் பெயர் தொடர்புடையதாய் இருக்கிறது. அவரது இயற்பெயர் குவான்-மோ-ய.

மோ-யான் ஷான்-தொங் மாநிலத்தின் காவ்-மீ எனும் ஊரில் பிறந்தார். 1966இல் சீனாவின் 'பண்பாட்டுப் புரட்சி' தொடங்கியபோது பள்ளியை விட்டு, மாடு மேய்க்க வேண்டியிருந்தது. 18 வயதில் பருத்தி ஆலையில் சேர்ந்தார். 1976இல் 'பண்பாட்டுப் புரட்சி' முடிவடைந்தபோது ராணுவத்தில் சேர்ந்தார். ராணுவத்தில் இருந்தபோதே எழுதத் துவங்கினார். 1984இல் ஒரு எழுத்தாளராக அடையாளம் பெறத் தொடங்கிய காலத்தில் ராணுவக் கலைக் கல்லூரியில் சேர்ந்தார். 1986இல் 'சிவப்புச் சோளம்' *(Red Sorghum)* நாவல் வெளியாகி தேசிய அளவில் பெயர் வாங்கித் தந்தது. பின்னர் அது திரைப்படமாகி சர்வதேச அளவில் புகழ் பெற்றது. 1991இல் பெய்-சிங் நார்மல் பல்கலைக்கழகத்தில் இலக்கியத்தில் பட்ட மேற் படிப்பை முடித்தார்.

பல சிறுகதைகளையும் நாவல்களையும் எழுதியுள்ளார். 'சிவப்புச் சோளம்' தவிர, 'பூண்டுப் பாடல்கள்', 'தளரச் செய்யும் வாழ்வும் சாவும்', 'மது தேசம்', 'பெரிய மார்புகளும் அகன்ற இடுப்புகளும்' போன்ற நாவல்கள் முக்கியமானவை. மோ-யான் எழுதிய நூல்கள் பத்துக்கும் மேற்பட்ட மொழிகளில் மொழியாக்கம் செய்யப்பட்டுள்ளன.

மோ-யான் 2012இல் இலக்கியத்துக்கான நோபல் பரிசு பெற்றார். இவரது சமீபத்திய நாவல் 'தவளை'.

பயணி (பி. 1966)

மொழிபெயர்ப்பாளர்

பயணி என்னும் புனைபெயர் கொண்ட ஸ்ரீதரன் மதுசூதனன், சென்னையைச் சேர்ந்தவர். 1996இல் இந்திய வெளியுறவுப் பணியில் (Indian Foreign Service) சேர்ந்து, பெய்சிங்கில் சீன மொழி கற்றவர். ஒன்பது ஆண்டுகள் பெய்சிங்கிலும் ஹாங்காங்கிலும், பிறகு ஃபிஜித் தீவுகளிலும், வாஷிங்டனிலும் இந்தியத் தூதரகங்களில் பணியாற்றிவிட்டு, தற்போது தாய்வானில் இந்திய அலுவலகத்தின் தலைவராகப் பணிபுரிகிறார்.

1984இல் விகடனில் மாணவப் பத்திரிகையாளராக சேர்ந்து, பின்பு 'பிரம்மா செய்திக் கட்டுரைகள்' எனும் அமைப்பைத் துவக்கினார். ஐக்யா நாடகக் குழுவின் வழியே தமிழின் நவீன நாடகங்களில் பங்கேற்றார். *கணையாழி, விகடன், கல்கி* போன்ற இதழ்களில் சிறுகதைகளையும் கவிதைகளையும் எழுதியுள்ளார். கல்வியாராய்ச்சி இதழ்களில் தமிழ் அகராதியியல் மற்றும் இலக்கியத்துக்கும் இயற்கைக்குமான உறவு பற்றிய ஆங்கிலக் கட்டுரைகளை எழுதியுள்ளார். இவரது நூல்கள்: 'சீன மொழி – ஒரு அறிமுகம். 'வாரிச் சூடினும் பார்ப்பவரில்லை: கவித்தொகை – சீனாவின் சங்க இலக்கியம்'. நோபல் பரிசு பெற்ற மோயான் எழுதிய 'மாற்றம்' நாவலின் மொழிபெயர்ப்பு. 2016ஆம் ஆண்டுக்கான ஸ்பாரோ (SPARROW) இலக்கிய விருது இவருக்கு வழங்கப்பட்டது.

பட்டப்படிப்பில் அறிவியலையும், மேல் பட்டப் படிப்புகளாக இதழியல், பொது நிர்வாகம், மனிதவள மேலாண்மை, வணிக மேலாண்மை ஆகியவற்றையும் பயின்றவர்.

மனைவி வைதேஹி, கல்வியாளர். மகன் அபி, இசைக்கலைஞர். மகள் கீர்த்தனா, மாணவி.

தொடர்புக்கு: msridharan@gmail.com

மோ-யான்

மாற்றம்

சீனத்திலிருந்து நேரடி மொழிபெயர்ப்பு
பயணி

காலச்சுவடு பதிப்பகம்

Original title: Change
© Seagull Books, 2010
Published by arrangement with Seagull books
ALL RIGHTS RESERVED

இந்நூலில் இடம்பெறும் மொழிபெயர்ப்பாளரின் கருத்துகள் அவரது தனிப்பட்ட கருத்துகளே. இவை அவர் சார்ந்த அமைப்புகளின் கருத்துகள் அல்ல.

மாற்றம் ❖ குறுநாவல் ❖ ஆசிரியர்: மோ–யான் ❖ சீன மொழியிலிருந்து தமிழில்: பயணி ❖ முதல் பதிப்பு: நவம்பர் 2015, மூன்றாம் (குறும்) பதிப்பு: ஆகஸ்ட் 2021 ❖ வெளியீடு: காலச்சுவடு பப்ளிகேஷன்ஸ் (பி) லிட்., 669, கே.பி. சாலை, நாகர்கோவில் 629001

maaRRam ❖ Novellete ❖ Tamil Translation of Change ❖ Author: Mo Yan ❖ Translated from Chinese by Payani ❖ Language: Tamil ❖ First Edition: November 2015, Third (Short) Edition: August 2021 ❖ Size: Royal ❖ Paper: 18.6 kg maplitho ❖ Pages: 88

Published by Kalachuvadu Publications Pvt.Ltd., 669, K.P. Road, Nagercoil 629001, India ❖ Phone: 91-4652-278525 ❖ e-mail: publications@kalachuvadu.com ❖ Printed at Clicto Print, Jaleel Towers,42 KB Dasan Road, Teynampeṭ Chennai 600018

ISBN: 978-93-84641-27-6

08/2021/S.No. 662, kcp 3153, 18.6 (3) uss

நன்றி

முதலில் காலச்சுவடு கண்ணனுக்கு. நேரம் இல்லை என்று சொல்லியும் 'மொழிபெயர்ப்பு உரிமை வாங்கியாகிவிட்டது. நூலைப் படித்துப் பாருங்கள்' என்று அனுப்பிவைத்து ஊக்கப்படுத்திய அவரது முனைப்புதான் இந்த நூலைச் சாத்தியமாக்கியது. விரிவான தளத்தில் முன்னுரை எழுதித்தந்து இந்த நூலின் வாசிப்பு அனுபவத்தை விகசிக்கச் செய்த பி.ஏ. கிருஷ்ணனுக்கு நன்றி. நாவலின் கரட்டு வடிவத்தைப் படித்துப் பார்த்துச் செப்பனிட உதவிய வைதேஹி, பூ.கோ. சரவணன், ராமநாதன் ஆகியோருக்கு நன்றி.

இது குறுநாவலா? சுயசரிதையா?

'மாற்றம்' குறுநாவல் வடிவத்தில் உள்ள ஒரு சுயசரிதை அல்லது சுயசரிதை வடிவத்தில் உள்ள ஒரு குறுநாவல் என்று விவரிக்கப்படுகிறது. அதே நேரத்தில், ஆட்சி மாற்றங்களையோ தலைவர்களின் பட்டியலையோ சாராமல் ஒரு சமூகத்தில் தனக்கு நெருங்கிய மனிதர்களின் வாழ்வை உற்றுப் பார்ப்பதன் மூலம் ஒரு நாட்டின் வரலாற்று மாற்றங்களைப் பதிவு செய்ய முடியும் என்று வெற்றிகரமாக நிறுவுகிறது. சீனாவில் கடந்த ஐம்பதாண்டுகளில் நடந்த மாற்றங்களை, பள்ளிக்கால நண்பர்களின் வாழ்வில் நடந்த மாற்றங்களைப் பதிவு செய்வதன் வழியாகச் சொல்லியிருக்கிறார் எழுத்தாளர் மோ-யான்.

ஒரு கிராமம், ஒரு பள்ளித் தோழன், ஒரு பள்ளித் தோழி, ஒருசில அன்றாடம் பார்க்கும் மனிதர்கள், ஆம், பிறகு அந்தத் தோழியின் அப்பா ஓட்டும் ஒரு பழைய மோட்டார் வண்டி என்று ஒரு சில கதாபாத்திரங்கள் மட்டுமே கதையில் வருகிறார்கள். ஒரு கிராமத்து வீட்டுத் திண்ணையில் பள்ளிக் காலத்து நண்பருடன் காலாட்டிக் கொண்டு கிண்டலடித்துக்கொண்டு நிதானமாகக் கதை பேசும் தொனியில்தான் நாவல் சொல்லப்படுகிறது. ஆனால் அரண்மனைகளின் உச்சியில் இருந்தும் அரசாங்கக் கட்டிடங்களின் உப்பரிகைகளில் இருந்தும் தெருக்களைப் பார்த்து எழுதப்படும் வரலாறுகளைவிடக் கடந்த ஐம்பதாண்டு களில் சீனாவில் நடந்த பிரம்மாண்டமான மாற்றங்களை வாழ்வின் ஈரப்பசை காயாமல் இந்த நாவல் சொல்கிறது. அதேநேரத்தில், கிராமத்துப் பள்ளிக்கூட வகுப்பின் மண் தரையின் அழுக்கு, ஊரில் இருக்கும் ஒரே மோட்டார் வண்டி கிளப்பும் புழுதி, கல்லூரி நுழைவுத் தேர்வின் வியர்வை, கடும் பனிக்காலத்தின் சளி, இறந்த தலைவரின் பதப் படுத்திய உடல், இரவு வேலை செய்த பிறகு வரும் மதியத்

தூக்கம், போலீஸ்காரர்களுக்கு இனாமாகக் கொடுத்த சிகரெட்டின் புகை நெடி, கிராமத்து ஜனங்களுக்கு ஏமாற்றம் தரும் சினிமா படப்பிடிப்பு, தொலைக்காட்சிகள் நடத்தும் சிறுவர் போட்டி, நண்பனுக்குத் தரப்படும் லஞ்சம் என்று ரத்தமும் சதையுமான விஷயங்களையும் நகைச்சுவை கொப்புளிக்கச் சொல்லுகிறது 'மாற்றம்'.

இந்த இரண்டு உலகங்களும் வேறுவேறானவை இல்லை என்பதை இந்தச் சிறிய நூல் நிறுவியிருப்பதை இதன் பதிப்பு வரலாறும் சுட்டுகிறது. மோ–யான் எழுதிய ஒன்பது குறுநாவல்களின் தொகுப்பு 'வாத்தியாரே, போகப்போக நகைப்பு தான்' என்னும் தலைப்பில் வெளியானது. 'மாற்றம்' குறுநாவல் இந்த ஒன்பது நாவல்களில் ஒன்றாக இடம்பெறுகிறது.

'என்னவாக இருந்தது கம்யூனிசம்?' என்கிற தலைப்பில் ஐந்து நூல்களை Seagull Publications வெளியிட்டுள்ளது. கம்யூனிசம் எனும் கோட்பாட்டை அலசும் வகையில் அமைந்தது இந்தப் பதிப்பு வரிசை. பாக்கிஸ்தான் எழுத்தாளர் தாரிக் அலி பதிப்பித்த இந்த வரிசையில் கியூபா, ரஷ்யா, குரோஷியா நாடுகளின் பிரபல கல்வியாளர்கள், எழுத்தாளர்கள், சிந்தனையாளர்கள் எழுதிய கட்டுரைகளும் கதைகளும் இடம்பெற்றுள்ளன. சீனாவின் கம்யூனிசம் பற்றிய பதிவாக மோ–யான் எழுதிய 'மாற்றம்' இடம்பெறுகிறது.

பயணி

முன்னுரை

1945ஆம் ஆண்டு இரண்டாம் உலகப் போர் முடிவடையும் தறுவாயில் மாவ் (மாவோ) நிகழ்த்திய உரை ஒன்றில் "மலைகளை அகற்றிய முட்டாள் கிழவர்" என்ற சீனப் பழங்கதையைக் குறிப்பிட்டார். தனது வீட்டின் முன்னால் பாதையை மறித்துக்கொண்டிருந்த இரு மலைகளைக் கிழவர் தனது புதல்வர்களின் துணைகொண்டு அகற்ற முயல்கிறார். கேட்கிறவர்களிடம், அவர் கூறியது: "மலைகள் பெரியவைதான். ஆனால் அவை வளராதவை. நான் உடைக்க உடைக்க அவை குறைந்துதான் ஆக வேண்டும். என்னால் அகற்ற முடியாமல் போகலாம். ஆனால் எனது சந்ததிகள் விடாமல் முயற்சி செய்தால் அவற்றை நிச்சயம் அகற்ற முடியும்."

புரட்சிக்குப்பின் சீனா பல மலைகளைச் சந்திக்க நேர்ந்தது. அவற்றையெல்லாம் தகர்த்து இன்று அது உலக நாடுகளின் முன்னணியில் நிற்கிறது என்றால், அதற்குக் காரணம் சீன மக்களின் தளராத உழைப்புதான் என்று சொல்ல வேண்டும். உலகெங்கிலும் மனித குலத்தின் உழைப்பு மாற்றங்களைக் கொண்டு வருகிறது. மக்கள் மாறுகிறார்கள். நிலங்கள் மாறுகின்றன. தொழிற்சாலைகள் பிறக்கின்றன. வீடுகள், சாலைகள், வாகனங்கள், பள்ளிக்கூடங்கள் போன்றவை எல்லாம் வெவ்வேறு வடிவங்கள் எடுக்கின்றன.

மனித குலம் தோன்றிய காலத்திலிருந்தே மாற்றங்கள் நிகழ்ந்துகொண்டிருந்தாலும் இரண்டாம் உலகப் போருக்குப் பிறகு நடந்த மாற்றங்களின் வீச்சும் வேகமும் அளவில் மிகப் பெரியவை. பதிவு செய்யப்பட வேண்டியவை. திரைப்படங்களில், புகைப்படங்களில், ஓவியங்களில், சிற்பங்களில், கட்டுரைகளில், கதைகளில் அவை பதிவு செய்யப்பட்டு வருகின்றன. நமக்குப்பின் வருபவர்களுக்கு நாம் வந்த பாதை எவ்வாறு இருந்தது, எத்தனை தடைகளை நாம் கடந்து வந்திருக்கிறோம் என்பவற்றைப் பற்றிய புரிதல்

இருக்க வேண்டும் என்பதற்காக மட்டும் அல்லாமல், நாமே நம்மைப் பார்த்துக்கொள்ள இவை உறுதுணையாக இருக்கின்றன.

மோ–யான் தான் கண்ட மாற்றத்தைப் பதிவு செய்திருக்கிறார் – குறு நாவலா, தன் சரிதையா என்பதை அடையாளம் கண்டுகொள்ள முடியாத ஒரு வடிவத்தில். சுந்தர ராமசாமி கட்டுரை ஒன்றில் ‘பனித்துளியில் பனைமரம் தெரியும். சிறியதாகத் தெரியும்’ என்று சொல்கிறார். இந்தக் குறு நாவலிலும் மாற்றத்தின் பரிமாணங்கள் தெரிகின்றன. சிறியதாகத் தெரிகின்றன. நமக்குள்ளே அசைபோட்டு அவற்றின் பிரம்மாண்டத்தைப் பற்றி வியந்துகொள்ளும் வெளியை மோ–யான் அளிக்கிறார்.

2

எங்களூர்ப் பக்கம் பழமொழி ஒன்று உண்டு. ‘வேட்டி கட்டிய வேலாயுதம் பிள்ளை, சேலை கட்டிய சித்திர வடிவு, இரண்டு கண்ணும் தெரியாத நல்லகண்ணுப் பிள்ளை’ என்ற அந்தப் பழமொழி பெயர்களின் விசித்திரங்களைக் குறித்தது. பெயருக்கும் ஆளுக்கும் அனேகமாக தொடர்பே கிடையாது என்பதற்குச் சீன உதாரணம் மோ–யான் என்ற புனைபெயர். அதன் பொருள் ‘பேசாதே!’ என்று தரன் (பயணி) சொல்கிறார். படைப்பின் மூலம் உலக மக்கள் அனைவரிடமும் பேசுபவர் தனக்குப் ‘பேசாதே’ என்ற பெயரை வைத்துக்கொண்டது அதிகம் பேசாமலே சொல்ல வந்ததைச் சொல்லலாம் என்ற தன்னம்பிக்கையால் இருக்கலாம். அல்லது அவரது பெயர் நோபல் பரிசு அறிக்கை அவரது படைப்புகளைப் பற்றிக் குறிப்பிட்டதுபோல ஒரு ‘மயக்கமான உண்மை’யின் குரலைக் குறிப்பதாக இருக்கலாம். எப்படி இருப்பினும் மோ–யான் சீனத்தின் நவீன இலக்கியத்தின் முழுமையான பிரதிநிதிகளில் ஒருவர் என்பதில் ஐயம் இல்லை.

சீன நவீன இலக்கியம் லு–ஷ்ஸுன் (*Lu Xun*)லிருந்து துவங்குகிறது. இவர் டால்ஸ்டாய், கோகோல், தாஸ்டாயவெஸ்கி போன்ற ரஷ்ய எழுத்தாளர்களால் ஈர்க்கப்பட்டவர். இவரது ‘பைத்தியக்காரனின் நாட்குறிப்பு’ என்ற புகழ் பெற்ற சிறுகதையே கோகோலின் இதே தலைப்பைக் கொண்ட கதையின் தாக்கத்தினால் எழுதப்பட்டது என்று கூறப்பட்டாலும் பழைய சீனத்தை வலுவாக விமரிசிக்கிறது. புதிய சீனத்தின் வரவை எதிர்நோக்குகிறது. மாவ் அவரது யான்–அன் கலை இலக்கிய உரையில் இவரை மேற்கோள் காட்டுகிறார். “என்னை நோக்கிக் காட்டப்படும் ஆயிரம் விரல்களைச் சினந்த புருவத்தோடு எதிர்கொள்கிறேன். தலை குனிந்து, பணிந்த காளைபோல நான் குழந்தைகளுக்காக உழைக்கிறேன்” என்ற இந்தப் புகழ் பெற்ற வரிகள்தான் சீனத்தின் நவீன எழுத்தாளர்களின் குரலாக இருந்திருக்கிறது என்று சொல்லலாம். இவரிடம் தொடங்கி இன்றுவரை சீனா குறிப்பிடத்தக்க பல எழுத்தாளர்களை உலகிற்குத் தந்திருக்கிறது. மோ–யானைப் புரிந்துகொள்ள வேண்டுமானால் இவர்களில் சிலரைப் பற்றியாவது பேசுவது அவசியம்.

*2000*ஆம் ஆண்டு இலக்கியத்துக்கான நோபல் பரிசு காவ்–ஷ்ஸியன்–சியன் (*Gao Xinjian*) என்ற எழுத்தாளருக்கு வழங்கப்பட்டது. இவர் பிரெஞ்சுக்

குடிமகன். சீனாவையும் சீன அரசையும் விமர்சிப்பதாலேயே இவருக்குப் பரிசு வழங்கப்பட்டது என்று கூறுபவர்கள் பலர் இருக்கிறார்கள். இவர் அபத்த நாடகங்கள் எழுதியிருக்கிறார் என்றாலும் இவரது 'ஆத்மாவின் மலை' மேற்கில் வெகுவாகப் புகழப்பட்ட நாவல். நோபல் பரிசுக் குறிப்புகூட இந்த புத்தகத்தைப் பற்றிப் பேசுகிறது. என்னால் இந்த நாவலில் நூறு பக்கத்தைக்கூடத் தாண்ட முடியவில்லை. நான் படித்த மிக மோசமான நாவல்களில் (நான் பல தமிழ் நாவல்களைப் படித்திருக்கிறேன்!) இது ஒன்று.

நான் சமீபத்தில் படித்த மற்றொரு எழுத்தாளர் யு-ஹுவா (*Yu Hua*). இவர் பல் வைத்தியராக இருந்து எழுத்தாளராக மாறியவர். இவரது நாவல்களில் மக்கள்மீது செலுத்தப்படும் வன்முறை மிக விரிவாகச் சித்திரிக்கப்படுகிறது. கலாச்சாரப் புரட்சியைப் பற்றி வலுவான பல விமரிசனங்களை வைக்கும் யு-ஹுவா, அதன் முக்கியமான தவறு அது தனது காலத்திற்கு முன்னால் வந்துவிட்டது என்பதுதான் என்கிறார். கலாச்சாரப் புரட்சி இன்றைய சீனத்திற்கு நிச்சயம் தேவை என்று இவர் சொல்வதை எத்தனை பேர் ஏற்றுக்கொள்வார்கள் என்று தெரியவில்லை. இருந்தாலும் இவர் வெளியில்தான் இருக்கிறார். *நியூயார்க் டைம்ஸ்* பத்திரிகைக்கு எழுதிக்கொண்டிருந்தார். சமீபத்தில் படித்த நினைவில்லை.

இவரது 'ஏழாவது நாள்' நாவல் இறந்தவர்களைப் பற்றியது. ஒரு ஏழை ஆசிரியர் – விபத்தில் இறந்தவர் – தனது உடலை எரிப்பதற்காகக் குறித்த நேரத்திற்குச் செல்ல முடியவில்லை. போக்குவரத்து நெரிசல். உடலை எரிக்கும் இடத்தில் ஒரே கூட்டம். ஆனால் பெரிய மனிதர்களுக்குத் தனி வரிசை. இவர் பெயர் அழைக்கப்படும்போது பதில் சொல்லாமல் திரும்பிவிடுகிறார். அடுத்த ஏழு நாட்களில் அவர் இறந்தவர்கள் உலகில் எங்கெல்லாம் அலைகிறார், யாரையெல்லாம் சந்திக்கிறார் என்பவற்றைப் பற்றிய நாவல். பொருளைத் தேடி வெறிபிடித்து அலையும் சமுதாயம் மனித உணர்வுகளை மிதித்து முன்னே செல்கிறது என்பதைச் சொல்லும் இந்த நாவல் இறந்தவர்களும் வரப்போகும் உலகத்தைப் பற்றி வைத்திருக்கும் நம்பிக்கையையும் பேசத் தவறவில்லை.

இவரது 'வெற்றி' என்ற சிறுகதையை *நியூயார்க்கர்* பத்திரிகையில் படித்தபோது மிகவும் நிறைவாக இருந்தது. திருமண வாழ்க்கையின் சிக்கல்களை ஓரிரண்டு தூரிகை வீச்சுகளால் இவரால் மிகத் திறமையாகச் சித்திரிக்க முடிந்திருந்தது.

சீனாவின் மற்றொரு குறிப்பிடத்தக்க (பெண்) எழுத்தாளர் த்ஸான்-ஷ்ஸுயெ (*CanZue*). இவரது 'ஐந்து வாசனைப் பொருட்கள் தெரு' என்ற நாவல் மிகவும் நன்றாக இருக்கிறது என்று நண்பர் ஒருவர் சொன்னார் என்பதனால் வாங்கிப் படித்தேன். ஒரு பெண்ணையும் அவர் இருக்கும் தெருவில் இருப்பவர்கள் அவரைக் குறித்துக் கூறுவதையும் பற்றியது. அவரைப் பற்றிச் சொல்லும்போதே தங்களைப் பற்றியும் நமக்கு அடையாளம் காட்டுகிறார்கள். எது உண்மை, எது கற்பனை என்பதைப் பற்றி நம்மால் முடிவெடுக்க முடியாமல் தவிக்கவைக்கும் ஒரு மூட்டமான நாவல். இதுவும் சீன அரசியலின் உருவகம் என்கிறார்கள். ஆனால் எனக்கு

மோ–யானையும் யு–ஹுவாவையும் படித்தபோது ஏற்பட்ட அனுபவத்தைப் பெற முடியவில்லை.

உலகத்தின் தலை சிறந்த எழுத்தாளர்கள் என்று கூறப்படுபவர்களின் படைப்புகள் அனைத்தும் படிப்பவர்களுக்குப் பிடித்திருக்க வேண்டும் என்ற கட்டாயம் இல்லை. பிடிக்காததனால் நமக்கு இலக்கியத்தை மதிப்பிடத் தெரியாது என்ற பொருளும் இல்லை.

3

மோ–யானின் 'சிவப்புச் சோளம்' உலகின் மிகச் சிறந்த நாவல்களில் ஒன்று என்பதில் யாருக்கும் ஐயம் இருக்க முடியாது. சீன மக்கள் தங்கள் நீண்ட வரலாற்றில் கடுமையான சோதனைகள் பலவற்றைச் சந்தித்திருக்கிறார்கள். அவற்றில் மிகப் பெரியவற்றில் ஒன்றாகச் சீன மக்களால் இன்றுவரை நினைக்கப்படுவது சென்ற நூற்றாண்டின் முப்பதுகளில் நடந்த ஜப்பானிய ஆக்கிரமிப்பு. இரண்டாம் உலகப் போருக்கு இரண்டு ஆண்டுகளுக்கு முன்பு தொடங்கிய ஆக்கிரமிப்பு, செப்டம்பர் **1945**ஆம் ஆண்டு முடிவிற்கு வந்தது. இருபது லட்சம் சீன மக்கள் படுகொலை செய்யப்பட்டனர். கணக்கிலடங்காப் பெண்கள் வன்புணர்விற்கு ஆளாகினர். புது சீனா உதயமாவதற்கு இந்த ஆக்கிரமிப்பும் ஒரு காரணம். மக்களிடமிருந்து தோன்றிய செஞ்சேனை மிகப் பெரிய ராணுவ சக்தியாக உருப்பெற்றதும் ஜப்பானிய எதிர்ப்பின் தாக்கத்தினால்தான். 'சிவப்புச் சோளம்' இந்தக் காலகட்டத்தைப் பற்றிப் பேசுகிறது. பல்லக்குத் தூக்கியான ஒருவன் எவ்வாறு பெரும் யுத்தத் தளபதியாக உருவெடுக்கிறான் என்பதை நாவல் விவரிக்கிறது. நமது சாண்டில்யன் கதைகளில்கூட இது போன்று சாதாரண வீரன் பெருந்தளபதியாக ஆகும் சம்பவங்கள் வருகின்றன. ஆனால் சிவப்புச் சோளத்தின் பரிணாமங்கள் நமது சாண்டில்யன்களால் கனவில்கூட நினைத்துப் பார்க்க முடியாதவை. மனித வாழ்வின் பெருங் குணங்களாகக் கருதப்படுபவை வரலாற்று வெள்ளத்தில் எவ்வாறு அடித்துச் செல்லப்படுகின்றன என்பதை இந்த நாவல் மறக்க முடியாத வரிகளில் விவரிக்கிறது. அவற்றில் சில நீந்திக் கரைசேர்கின்றன; மற்றவை புதிதாய்ப் பிறக்கின்றன. இந்தக் கதையின் பெண்கள் இரத்தச் சேற்றிற்குப் பழக்கமானவர்கள். அவர்களும் வரலாற்றை எவ்வாறு எதிர்கொள்கிறார்கள் என்பதையும் இந்த நாவல் மிகத் திறமையுடன் சித்திரிக்கிறது. ஒரு தேர்ந்த படைப்பாளியின் அரிதினும் அரிதான நாவல் 'சிவப்புச் சோளம்.'

ஆனால் மோ–யானுக்கு நோபல் பரிசு கிடைத்தபோது மேற்கத்திய நாடுகளில் பெரிய எதிர்ப்புகள் எழுந்தன. சீன அரசின் பலி ஆடு என்று சல்மான் ரஷ்டி அவரைச் சாடினார். ஆனால் ஒரு எழுத்தாளரை அவரது எழுத்தை வைத்து மதிப்பிட வேண்டுமே தவிர அவரது அரசியல் நிலைப்பாட்டை வைத்து மதிப்பிடக் கூடாது என்று சிலர் எழுதினார்கள். நபகாவ் போன்றவர்கள் வியட்நாம் போரை ஆதரித்து எழுதியதைப் பங்கஜ் மிஸ்ரா தனது கட்டுரையில் சுட்டிக் காட்டினார்.

மோ–யான் எழுதிய 'தவளை' நாவலைப் படித்த எவரும் அவர் சீன அரசின் அடிவருடி என்று கூற மாட்டார்கள். சீனாவின் 'ஒரு குடும்பம்

ஒரு குழந்தை' கொள்கைக்கு எதிராக இதைவிட வலுவாக யாரும் எழுதியிருக்க முடியாது.

மோ–யான் தனது நேர்காணல் ஒன்றில் சொல்கிறார்: நான் கம்யூனிஸ்ட் கட்சியின் உறுப்பினன். ஆனால் நான் மக்களுக்காக எழுதுகிறேன். கட்சிக்காக அல்ல. கட்சியின் லஞ்சப் பேர்வழிகளுக்குக் கடும் எதிரி நான்... மார்க்ஸ் கம்யூனிஸ்ட் அறிக்கையை எழுதியபோது அது பேரழகு பெற்றிருந்தது. இன்று (அவர் கண்ட) அந்தக் கனவை நனவாக மாற்றுவது அரிது என்று தோன்றுகிறது. இன்றைய சமூக நலம் பேணும் மேற்கத்திய அரசுகள் மார்க்ஸ் இல்லாமல் உருவாகியிருக்க முடியும் என்று நினைத்துப் பார்க்க முடியுமா? சீனர்களும் ரஷ்யர்களும் கிழக்கு ஐரோப்பியர்களும் மார்க்சீயத்தைத் தவறாகப் புரிந்துகொண்டார்கள் என்று தோன்றுகிறது.

4

குறு நாவலா சுயசரிதையா என்று கண்டுபிடிக்க முடியாதபடி இந்தப் புத்தகம் எழுதப்பட்டிருக்கிறது என்பதை நான் ஏற்கெனவே குறிப்பிட்டிருக்கிறேன். நாவலின் வசதிகள் சுயசரிதையில் கிடைக்காது என்பதனால் ஆசிரியர் இந்த உத்தியைத் தேர்ந்தெடுத்திருக்கிறார் என்று தோன்றுகிறது. மக்களாட்சி முறையில் இயங்காத அரசை விமரிசிக்கக் கையாளப்படும் வழிமுறைகளில் இதுவும் ஒன்று. நாவலில் மிகையையும் கற்பனையையும் வாசகர்கள் கண்டுகொள்ள முடியாதபடி ஒளித்துவைக்க முடியும். அதே நேரத்தில் உண்மையின் சரடு நாவல் முழுவதும் ஊடுருவும் படிச் செய்யவும் முடியும். மோ–யான் இதனால்தான் நாவல் உத்தியைத் தேர்ந்தெடுத்திருக்கிறார் என்று எண்ணுகிறேன்.

அவரது சிறு வயதில் தொடங்கும் கதை, பெயரும் புகழும் பெற்ற பிறகு பிறந்த ஊருக்கு ஒரு போட்டிக்கு நடுவராக வரும் அத்தியாயத்துடன் முடிகிறது. கூடவே அவரது பள்ளித் தோழர்களின் வாழ்வும் பேசப்படுகிறது. அவர்களோடு சீனமும் மாறுகிறது.

மோ–யான் காட்டும் சீனம் 1969இல் தொடங்குகிறது. கலாச்சாரப் புரட்சி முடிந்துவிட்டது என்று மாவ் அறிவித்த ஆண்டு. ஆனால் லின்–பியாவ் லின் பியாவோ மரணம் நிகழ்வதற்கு முன்னால். எனவே புரட்சியின் தாக்கம் 1971வரை இருந்தது என்றுதான் சொல்ல வேண்டும். மோ–யான் வட கிழக்குச் சீனத்தில் இருக்கும் கிராமப் பள்ளி ஒன்றைப் பற்றி எழுதுகிறார். பள்ளியில் கலாச்சாரப் புரட்சியின் தாக்கம் தெரிகிறது. ஆனால் கிராமப் பள்ளி நமது கிராமப் பள்ளிகளைப் போலத்தான் இருக்கிறது. ஆசிரியர் மாணவனை அடிக்கிறார். 'நீ பன்னியைக் கறுப்புன்னு கிண்டலடிக்கிற காக்கா' என்று திட்டுகிறார். புரட்சிக்குத் தயார் செய்யும் ஆசிரியராகவே தோன்றவில்லை. நமது பள்ளிகளில் இன்று கிரிக்கெட் ஆக்கிரமித்துக்கொண்டிருப்பது போல் சீனப் பள்ளிகளில் டேபிள் டென்னிஸ் ஆக்கிரமித்துக்கொண்டிருக்கிறது. அங்கும் குழந்தைகளுக்கு இடையே இருக்கும் வித்தியாசம் தெளிவாகத் தெரிகிறது.

"அவங்கள்லாம் அரசாங்கத்தோட பண்ணையில் இருந்த கட்சிக் காரங்களோட குழந்தைங்க. அதனால தேவையான ஊட்டமும்

வெள்ளைத்தோலும் வசதிப்பட்ட குடும்பமும் பளிச்சின்னு துணிமணியுமா, பாத்தாலே எங்கள மாதிரி பஞ்சப் பசங்க வர்க்கத்தி லிருந்து மாறுபட்டு இருப்பாங்க. நாங்க அவங்கள ஏக்கத்தோட பாப்போம். அவங்களோட நேர்ப்பார்வை எங்க மேலெல்லாம் படாது."

கதையின் பேசாப்பாத்திரம் 1951ஆம் ஆண்டு ரஷ்யாவில் செய்யப்பட்ட காஸ் 51 என்ற ட்ரக். 18 ஆண்டுகள் கழித்தும் அதன் பெருமை மங்காமல் இருக்கிறது.

அந்த 'காஸ்–51' ட்ரக்கு, கொரியாவை ஆதரிச்சி அமெரிக்க எதிர்ப்புப் போர்ல பயன்படுத்தின சோவியத் ரஷ்யாவோட ட்ரக்குன்னு சொல்லிக்கிட்டாங்க. ட்ரக்குமேல அமெரிக்க விமானத்துலருந்து சுட்ட குண்டு தொளச்ச ஓட்டை இன்னும் இருக்கு. அதாவது, இது ஒரு சரித்திரப் பிரசித்தி பெற்ற மகிமையுள்ள ட்ரக்கு. போர்த் தீ எழும்புன காலகட்டத்தில குண்டுமழைக்குப் பயப்படாம முன்னேறின வீர வண்டி; அமைதிக் காலகட்டத்தில புழுதிப் புயல் கிளப்பிப் பறக்கிற வேக வண்டி.

பல ஆண்டுகள் கழித்தும் இந்த ட்ரக்கின்மீது உள்ள மோகம் கிராமத்து இளைஞர்களுக்கு மாறாமல் இருக்கிறது. ஒருவன் என்ன விலை கொடுத்தாவது அதை வாங்கத் துடிக்கிறான். கதையின் நாயகன் ராணுவத்தில் அதே மாடல் ட்ரக்கைப் பார்த்த உடன் அடையும் மகிழ்ச்சியை ஆசிரியர் சொல்கிறார்:

"என் மனசுக்கு சந்தோசம் தந்த ஒரே விசயம்னா, எங்க பிரிவோட ட்ரக்கு வண்டிதான். அப்படியே லு-வென்-லீ-யோட அப்பா ட்ரக்கே தான். அதே மாடல், அதே நெறம், அதே வயசு.

"புதுசா வந்த ராணுவக்காரங்கள்ள ஒருத்தருக்கு ட்ரக்கு ஓட்டக் கத்துக்குடுக்கப் போறாருன்னு சொன்னாங்க. நா உடனே அந்த அதிர்ஷ்டம் அப்படியே என் தலையில வந்து விழப்போவுதுன்னு கனவு காண ஆரம்பிச்சிட்டேன். நா கிராமத்துல இருந்த சமயத்துல, லு-வென்-லீ-யோட அப்பா அந்த காஸ்-51 ட்ரக்கைப் புழுதி பறக்க ஓட்டிக்கிட்டுப் போறதை வெறுமனே கண் விரியவிரியப் பாத்துக்கிட்டுத் தான் இருக்க முடியும். ஒரேஒரு தடவ அந்த ட்ரக்குக்குக் கிட்டப் போயிருக்கேன்."

சீன வளர்ச்சியின் முதல் சில ஆண்டுகள் அவை. பழையவற்றின்மீது இருக்கும் மோகம் மக்களுக்கு மாறாத காலம். ஆனாலும் பழையவை கழிகின்றன. காஸ்–51 க்கும் முடிவு வருகிறது.

அவனோட காஸ்-51 ட்ரக்கு பத்தி விசாரிச்சேன். அவன் என்னை உத்துப் பாத்து, "உனுக்குத் தெரியாதா?"ன்னு கேட்டான். "ட்சாங்-யீ-மோவ் சினிமா ஆளுங்களுக்கு வித்துட்டேன். செவப்புச் சோளம் படத்துல சியாங்-வென்னும் மத்தவங்களும் செவப்புச் சோள சாராயப் பானைங்களைத் தூக்கிப்போட்டு அந்த வண்டியையே ஒரு வெடிகுண்டாட்டம் வெடிக்க வெக்கறாங்களே, அந்த ட்ரக்கு தான்

16

லு–வென்–லீ–யோட அப்பா ஓட்டின காஸ்–51 ட்ரக்குப்பா”–ன்னு சொன்னான். “பாத்தியா, உன்னோட ‘சிவப்புச் சோளம்’ படத்துக்கு என்னாலானத நானும் பண்ணியிருக்கேன்”–ன்னான்.

மோ–யான் கதை முழுவதும் மெல்லிதான விமரிசனங்களை வைத்துக்கொண்டே போகிறார்.

> “எனக்குக் கல்லூரில சேர்ற தகுதி இருந்துது. ஆனா, நிஜத்துல அது நடக்க முடியாததா இருந்துது. வருசா வருசம் கல்லூரிகள்ல இருந்த இடங்கள், கட்சிக்காரங்களோட பசங்களுக்கே பத்தாம போச்சி. என்னை மாதிரி ஆரம்பப் பள்ளிக்கூடத்துல அஞ்சாவது படிச்ச, நடுத்தரக் குடியானவன் குடும்பத்துல பொறந்த பெரிய தெறந்த வாயும் விசித்தரமான உருவமும் இருக்க ஒருத்தனுக்குக் கெடைக்கும்ங்கறத்துக்குக் கொஞ்சங்கூட வாய்ப்பே கெடயாது.”

மாவ்–வையும் கேலி செய்கிறார்.

> தங்கறதுக்கு எடம் இல்லாததால சிதிலமாயிப் பாழடஞ்சிக் கெடந்த ஒரு கிடங்குலதான் வசிக்க ஏற்பாடு பண்ணியிருந்துது. கிடங்குல எலி மந்தையே இருந்துது . . .
>
> கிடங்குல காரையில செஞ்ச தலைவர் மாவ்–ட்ஸ–தொங்–கோட செலைங்க ஒரு பத்து இருந்துது. நா அந்தப் பத்துச் செலைங்களைக் கதவுக் கிட்டயும் படுக்கையச் சுத்தியும் காவல் மாதிரி வெச்சேன். எழுத்துலகத்தச் சேந்த சில நண்பர்கள், நகரத்து மைதானத்துல எல்லாம் நிறுத்தியிருந்த ஆயுதக் காவல்காரங்களைத் தாண்டி என்னைப் பாக்க உள்ள வருவாங்க. என்னோட படை அணிவகுப்பப் பாத்ததுமே தலைவர் மாவ்–வையே என்னோட காவல் படையாவும் மெய்க்காப்பாளராகவும் வெச்சிருக்கறதால சீன நாட்டுலேயே ஆகப் பெரிய மேதை நா தான்னு சொல்லுவாங்க.

மாற்றத்தின் விளைவுகளில் பல அதிசயத்தக்கவை. ஆனால் லஞ்சம் வாழ்க்கையின் ஓர் அங்கமாக மாறிவிடுகிறது. கதை இவ்வாறு முடிகிறது.

> அவளோட பையில இருந்து ஒரு உறையை எடுத்து நீட்டி, “பள்ளித் தோழனே, இதுல பத்தாயிரம் யுவான் இருக்கு. வேற மாதிரி நெனைக்காத. எனக்குப் பதிலா, துறைத் தலைவர் லு–வையும் மத்தவங்களையும் பார் எதுக்காவது குடிக்கக் கூட்டிக்கிட்டுப் போ . . .”ன்னு சொன்னா.
>
> நா கொஞ்சம் யோசிச்சிட்டுச் சொன்னேன்: “சரி, பள்ளித் தோழியே, நா வாங்கிக்கறேன்.”

5

மோ–யான் ஒரு தேர்ந்த படைப்பாளி என்பதில் ஐயம் இல்லை என்றாலும் ‘மாற்றம்’ சில ஏமாற்றங்களை அளிக்கிறது. நாவல் அவசரத்தில் எழுதப்பட்டது என்று தோன்றுகிறது. சுயசரிதை வடிவில் எழுதப்பட்டது

என்றாலும் மனைவியையும் குழந்தைகளையும் பற்றி ஒரு சில வரிகளையே ஒதுக்கியிருக்கிறார். மாற்றம் என்ற வரையறைக்குள் தன்னுடைய உள்மன மாற்றங்களை அவர் கொண்டுவர விரும்பவில்லை.

    ஆங்கிலத்திலிருந்து தமிழில் நான்கு வரிகளை மொழிபெயர்க்கும் போதே எனக்கு மூச்சு வாங்குகிறது. சோம்பேறித்தனம் வேறு. சீன மொழியிலிருந்து தமிழில் மொழிபெயர்க்கக் கடுமையான உழைப்பும் திறமையும் வேண்டும். தரனுக்கு இவை இரண்டும் அமைந்திருப்பது தமிழின் நல்லூழ் என்றுதான் சொல்வேன். பழகுதமிழில், அதிகச் சிக்கலில்லாத நடையில் மொழிபெயர்ப்பை அமைத்திருக்கிறார். கதையின் பாத்திரங்களோடு நம்மைச் சேர்த்துப்பார்த்து நமக்கும் அவர்களுக்கும் அதிக வித்தியாசங்கள் இல்லை என்று படிப்பவர் அனைவரும் உணர முடியும். இந்த அன்னியப்பட வைக்காத தன்மையே மொழிபெயர்ப்பின் வெற்றி என்று சொல்ல வேண்டும்.

புதுடெல்லி   **பி.ஏ. கிருஷ்ணன்**
ஜூலை 06, 2015

வாயாடி: மொழிபெயர்த்தல் பற்றிய விளக்கங்களும் சிந்தனைகளும்

How many people speak the same language even when they speak the same language?

- Russell Hoban

மொழிபெயர்ப்பின் நுண்ணிய சிக்கல்களைப் பற்றிப் பேசிக்கொண்டே போகலாம். அடிப்படையில் அவை மொழிகள் தோன்றியது பற்றிய புரிதலை வேண்டுகின்றன. அவை மூல மொழியில் பயன்படுத்தப்பட்டுள்ள சொற்களுக்கு ஈடான சரியான சொற்களை வேறொரு மொழியில் கண்டுபிடிப்பது பற்றிய சிக்கல்கள் அல்ல. ஒவ்வொரு வரியிலும் பொதிந்துள்ள ஒரு மனித சமூகத்தின் கூறுகளை இன்னொரு சமூகத்துக்கு எடுத்துச்செல்லுவதில் உள்ள சிக்கல்கள் அவை. இதைச் செய்துவிட முடியாது என்பதும், ஆனாலும் செய்தாக வேண்டும் என்பதும்தான் மொழிபெயர்ப்பின் இரு முக்கிய நிஜங்கள்.

இதனால்தான் மொழிபெயர்ப்பின் வரிகள் பேரார்வத்திலும் நிராசையிலும் அவநம்பிக்கையிலும் மூர்க்கவெறியிலும் தோய்த்து எழுதப்படுகின்றன.

○

இந்த நாவலில் உள்ள பல தகவல்கள் எழுத்தாளரின் வாழ்வில் உண்மையாகவே நடந்த சம்பவங்களுடன் பொருந்துகின்றன. சில தகவல்கள் பொருந்தவில்லை. பல சம்பவங்கள் உண்மையில் நடந்தனவா என்று ஆராய்ந்து அறிய முடியாதவை. பெரும்பாலும் இதை ஒரு நாவலாக மனதில் வரித்துக்கொண்டே மொழிபெயர்த்தேன்.

○

'மாற்றம்' நாவலின் முதல் அத்தியாயத்தில், கதையைச் சொல்லுபவர் சின்ன வயதிலிருந்தே அவருக்கு இருக்கும்

மூன்று குணநலன்களைப் பற்றிச் சொல்லுகிறார்: 1. "பயந்தாங்கொள்ளி", 2. "விடியாமூஞ்சி" 3. "என் தலையிலயே மண்ண வாரிப் போட்டுக்கிறதுல கெட்டிக்காரன்." அதை அவர் இரண்டு வகையில் சொல்லியிருக்க முடியும்:

1. "நான் சின்ன வயசிலருந்தே பயந்தாங்கொள்ளி, விடியாமூஞ்சி, என் தலையிலயே மண்ண வாரிப் போட்டுக்கிறதுல கெட்டிக்காரன்."
2. "நா சின்ன வயசிலருந்தே பயந்தாங்கொள்ளி, சின்ன வயசிலருந்தே விடியாமூஞ்சி, சின்ன வயசிலருந்தே என் தலையிலயே மண்ண வாரிப் போட்டுக்கிறதுல கெட்டிக்காரன்."

மேலே உள்ள இரண்டு சொற்றொடர்களுக்கும் பொருள் ஒன்றுதான். ஆனால் சொல்லுபவரின் தன்மையையும் சூழலையும் வேறுபடுத்திக் காட்டக்கூடியவை. ஒருவர் முதல் வகைச் சொற்றொடரைச் சொன்னால், அவர் சொற்களைச் சிக்கனமாகப் பயன்படுத்தி, அடுத்த கட்டத்துக்குச் செல்வதில் முனைப்பாக இருப்பவர் என்று புரிந்துகொள்ளலாம். அவரே இரண்டாவதுவகைச் சொற்றொடரைச் சொன்னால், அவர் சொல் சிக்கனம்பற்றி அதிகம் கவலைப்படாதவர் என்றும், எங்கேயும் அவசரமாகப் போக வேண்டிய அவசியம் எதுவும் இல்லாதவர் என்றும், யாரோ நெருங்கிய ஒருவருடன் நிதானமாகப் பேசிக்கொண்டிருக்கும் மனநிலையில் இருக்கிறார் என்றும் புரிந்துகொள்ளலாம்.

இந்த இரண்டு சொற்றொடர்களையும் சீன மொழியில் எழுதினால் இவ்வாறு வரும்:

1. 我这人从小就贱，倒霉，善于将事情弄巧成拙。
2. 我这人从小就贱，从小就倒霉，从小就善于将事情弄巧成拙。

இதில் "சின்ன வயசிலருந்தே" என்பதன் 从小 என்னும் வரிவடிவத்தை அடையாளம் கண்டுகொண்டால் போதும். இரண்டாவது சொற்றொடரில் "சின்ன வயசிலருந்தே" என்பதன் 从小 என்னும் வரிவடிவம் மூன்று முறை வருவதைக் கவனிக்கவும்.

'மாற்றம்' நாவலில் எழுத்தாளர் மோ–யான் இரண்டாவது சொற்றொடரைத்தான் பயன்படுத்தி இருக்கிறார். அதாவது, "நா சின்ன வயசிலருந்தே பயந்தாங்கொள்ளி, சின்ன வயசிலருந்தே விடியாமூஞ்சி, சின்ன வயசிலருந்தே என் தலையிலயே மண்ண வாரிப் போட்டுக்கிறதுல கெட்டிக்காரன்" என்று பேசுகிறார்.

இதுபோன்ற பயன்பாடுகள் தொடர்ந்து கதையில் வருகின்றன. இவைதான் இக்கதையின் குரல், தொனி, அடிநாதம். இந்தத் தொனி இல்லாவிட்டால், இந்த விஷயங்களையே பேச முடியாது எனும் அளவில் இந்தத் தொனி கோலோச்சுகிறது.

முதல் அத்தியாயத்தின் பின்பகுதியில் கதையில் ஒரு பத்தியில் அவர் இதைப்பற்றிப் பேசுகிறார்:

"வளவளன்னு ஏதேதோ சொல்றேன்னு கடுப்பாயிடாதீங்க. என் மண்டை முழுக்க இந்த மாதிரியான கதம்பமான நினைவுங்க மண்டிக்

கிடக்குது. நா எழுதல இதையெல்லாம். அதுங்களாவே வெளியே வந்திடுதுங்க.”

இதிலிருந்து, கதை சொல்பவரின் இறுக்கமாக இல்லாமல் இயல்பாக வாயடித்துக் கொண்டிருக்கும் தன்மை பற்றியும் நெருங்கிய, நட்பான சூழலில் கதை சொல்லப்படுகிறது என்பது பற்றியும் நாம் புரிந்துகொள்ளலாம்.

இந்த நெருங்கிய நண்பருடன் நிதானமான இயல்புடன் வாயடித்துக் கதை சொல்லிக்கொண்டிருக்கும் தொனியை முதன்மைப்படுத்த “நான் சிறு வயதிலிருந்தே பயந்தாங்கொள்ளி, சிறு வயதிலிருந்தே விடியாமூஞ்சி, சிறு வயதிலிருந்தே என் தலையிலேயே மண்ணை வாரிப் போட்டுக்கொள்வதில் கெட்டிக்காரன்” என்று இல்லாமல், “நா சின்ன வயசிலருந்தே பயந்தாங்கொள்ளி, சின்ன வயசிலருந்தே விடியாமூஞ்சி, சின்ன வயசிலிருந்தே என் தலையிலயே மண்ண வாரிப் போட்டுக்கிறதுல கெட்டிக்காரன்” என்று பேச்சு மொழியிலேயே முழு நாவலையும் மொழிபெயர்த்தேன். இது இல்லாமல் கதைசொல்லி எனும் வாயாடிக் காரரின் தொனியைக் கேட்க முடியாது என்று எனக்குப் பட்டது.

❍

‘மாற்றம்’ நாவலில் உள்ள எட்டு அத்தியாயங்களில் முதல் ஆறு அத்தியாயங்களும் எட்டாம் அத்தியாயமும் கதை சொல்லியான மோ–யான் சொல்லும்வகையில் அமைந்து இருக்கின்றன. ஏழாவது அத்தியாயத்தில் அவரது நண்பன் அவனது வாழ்வின் மாற்றங்களைச் சொல்லுகிறான். அவன் பேசும் வகையும் தொனியும் மாறுபட்டுள்ளன. இதைப் பதிவு செய்ய மோ–யான் பேச்சுக்கும் நண்பனின் பேச்சுக்கும் ஒரு சில மாற்றங்களைத் தமிழிலும் கொடுத்திருக்கிறேன்.

❍

சீன மொழியின் சொற்களைத் தமிழில் எழுதுவதில் சில சிக்கல்கள் உண்டு. எனது ‘சீன மொழி– ஒரு அறிமுகம்’ எனும் நூலில் இது குறித்து எழுதியிருக்கிறேன். கூடவே, சீன ஒலிகளைத் தமிழின் ஒலிகளைக் கொண்டே உச்சரிக்கும் ‘பயணி முறை’ என்னும் மாற்று ஒலிப்பு முறை தரத்தையும் *(Transliteration Standard)* அறிமுகப்படுத்தி இருக்கிறேன். ‘மாற்றம்’ நூலைப் பொருத்தவரை நபர்களின் பெயர்களும் இடங்களின் பெயர்களும் அடிக்கடி வருகின்றன. இவற்றைப் ‘பயணி முறை’ அடிப்படையில் ஒலி மாற்றம் செய்திருக்கிறேன். இவற்றைத் தவறாக உச்சரித்தாலும் கதையின் வாசிப்பு அனுபவத்தில் பெரும் குறை ஏதும் ஏற்படாது என்பதால் இது குறித்து அதிகம் விவரிக்கவில்லை.

❍

சீனர்களின் பெயர்களை எழுதும்போது ‘குடும்பப் பெயர் + முதல் பெயர்’ என்று எழுதுவார்கள். குடும்பப் பெயர் ஒரு சொல்லாக இருக்கும். முதல் பெயர் ஓரிரண்டு சொற்களாக இருக்கும்.

உதாரணமாக, தமிழில் பரவலாக ‘மாவோ’ என்று எழுதப்படும் சீனத் தலைவரின் பெயர் மாவ்–ட்ஸ–தொங். அவரது குடும்பப் பெயர்

மாவ். அவரது முதற் பெயர் ட்ஸ–தொங். ட்ஸ–தொங் என்றுதான் அவரது நெருங்கிய நண்பர்கள் அவரை விளித்திருப்பார்கள். இந்த மூன்று சொற்களையும் இணைத்தே எழுதினால், படிக்கையில் தவறு நேர வாய்ப்பு இருக்கிறது. மாவ்ட்–ஸதொங் என்று படிப்பது தவறு. எனவே எல்லா சீனப் பெயர்களையும் சொல் பிரித்து எழுதியிருக்கிறேன். மாவ்–ட்ஸ–தொங்.

இந்த நாவலில் வரும் பாத்திரங்களின் பெயர்களும் லு–வென்–லீ, லு–த்தியன்–கொங் என்று எழுதப்பட்டுள்ளன. ஊர்ப் பெயர்களும் பெய்–சிங் ***(Bei-jing)***, ஷாங்–ஹாய் ***(Shang-hai)*** என்று சொல் பிரித்து எழுதப்பட்டுள்ளன. சொல் பிரித்து எழுதாவிட்டால் ஷாங்–ஹாய் என்கிற சரியான உச்சரிப்புப் போய், ஷாங்காய் என்று தவறாகப் படிக்க நேர்ந்துவிடும் என்பதை உணர்ந்தால் இப்படிப் பிரித்து எழுதும் முறையின் பயன் புரியும்.

❍

நாவலில் வரும் சொலவடைகளுக்கும் பழமொழிகளுக்கும் தனியே அடிக்குறிப்பு தராமல், “எங்க ஊர்ப் பக்கம் சொல்ற மாதிரி” என்பதை அடையாளம்போல அந்தப் பிரயோகங்களுக்கு முன்னால் இணைத்திருக்கிறேன்.

❍

நாவலில் விளக்கம் தரவேண்டிய பல விஷயங்கள் குறிப்பிடப்படுகின்றன. அவற்றைச் சீன மொழிப் பெயர்களுடன் தந்து தனியே விளக்காமல் தமிழ்ச் சூழலில் விளங்கிக்கொள்ளக்கூடிய விஷயங்களுடன் தொடர்புபடுத்தி மொழிபெயர்த்திருக்கிறேன். உதாரணமாக, ‘பொரிச்ச ரொட்டிகுச்சி’, ‘மீன் கொழுக்கட்டை.’

❍

இன்னொரு மொழிபெயர்ப்பாளரை முன்வைத்து:

நெருங்கிய நண்பருடன் நிதானமான இயல்புடன் வாயடித்துக் கதை சொல்லிக்கொண்டிருக்கும்போது தகவல் சிக்கனம் பார்க்க முடியாது. எந்தச் சூழலைச் சொல்ல வருகிறோமோ அது குறித்து நம் மனதில் உள்ள கொத்தான தகவல்களையும் சொல்லிவிடுவோம். உதாரணமாக, “இன்னைக்கு சாயங்காலம் ஆபீசிலிருந்து வரும்போது கடைத்தெருவுல பிள்ளையார் தெரு திரும்பற எடத்துல மஞ்ச கலர் பிளாஸ்டிக் கொட வெச்சிக்கிட்டு ஒரு பழம் விக்கற பாட்டி உக்காந்திருப்பாங்களே, அவங்க கிட்ட அரை டஜன் வாழப்பழம் வாங்கினேன்” என்பது “இன்னைக்கு அரை டஜன் வாழப்பழம் வாங்கினேன்” என்பதற்கு ஈடான வரி அல்ல. முந்தைய வரியில் உள்ள தகவல்கள் வீணானவை அல்ல. அவை ஒருவரின் மனதில் அந்தச் சூழலைப் பற்றிய தொடர்புடைய தகவல்களைப் பற்றியும் அவரது வாயடித்துக் கதைசொல்லும் தன்மை பற்றியும் நமக்கு முக்கியமான விஷயங்களைச் சொல்கின்றன.

கதையின் போக்குக்கு இப்படிப்பட்ட சில தகவல்கள் தேவையற்றதாகத் தோன்றலாம். உதாரணமாக, மோ–யான் இப்படி ஒரு வரியை எழுதியுள்ளார்:

“நாங்க வீட்டுல சாப்பிட்டுக்கிட்டு இருக்கும்போது இன்ஜின் சத்தம் கேட்டுட்டா, சோத்துக் கிண்ணத்தைப் போட்டுட்டுத் தெருமுனைக்கு ஓடி வந்து, லு–வென்–லீ–யோட அப்பா, அந்தப் புல்லுப் பச்சை நெறத்துக் ‘காஸ்–*51*’ ட்ரக்கைக் கிராமத்துக் கிழக்கால இருந்தோ மேற்கால இருந்தோ ஓட்டிக்கிட்டு வர்றத பாப்போம்.”

இதைக் கீழே உள்ளபடி மொழிபெயர்க்கக் கூடாது:

“நாங்க வீட்டுல சாப்பிட்டுக்கிட்டு இருக்கும்போது இன்ஜின் சத்தம் கேட்டுட்டா, தெருமுனைக்கு ஓடி வந்து, லு–வென்–லீ–யோட அப்பா அந்தக் ‘காஸ்–*51*’ ட்ரக்கை ஓட்டிக்கிட்டு வர்றதப் பாப்போம்.”

❍

இன்னொரு மொழிபெயர்ப்பாளரை முன்வைத்து:

ஒவ்வொருவருக்கும் பல அடையாளங்கள் இருக்கின்றன. ஒருவரே மகளாகவும் தாயாகவும் பக்கத்து வீட்டுக்காரியாகவும் தலைமையாசிரியராகவும் இன்னும் பலவாகவும் இருப்பது இயல்பே. இன்னொரு கதாபாத்திரம் அவரை எப்படி அடையாளம் காண்கிறது என்பது அவர்களுக்கு இடையே உள்ள உறவு பற்றிய நுண்ணிய புரிதலை முன்வைக்கிறது.

‘மாற்றம்’ கதையில் ஒரு பெண் வருகிறாள். அவளது பெயர் லு–வென்–லீ. அவள் அப்பாவின் பெயர் லு–த்தியன்–கொங். அவளது அப்பா ஒரு டிரக் வைத்திருக்கிறார். கதையில் இரண்டு பேர் அந்த டிரக்கைச் சுட்டிப் பேசுகிறார்கள். ஒருவன், லு–த்தியன்–கொங்–கின் டிரக் என்கிறான். இன்னொருவன் லு–வென்–லீ–யின் அப்பாவின் டிரக் என்கிறான். இரண்டும் ஒன்றல்ல. நேரடிப் பொருள் தருகிறது என்று இரண்டு இடத்திலும் லு–த்தியன்–கொங்–கின் டிரக் என்று எழுதினால் ரசம் மாறிவிடும்.

❍

தொட்ட இடங்களை மீண்டும் வந்து தொடும் நிகழ்வு கலையில் சுகம் தரக்கூடியது. இதை ஒரு எழுத்தாளர் வெளிப்படையாகச் செய்துகாட்ட வேண்டியதில்லை. வெளிப்படையாகக் காட்டவும் கூடாது. ஆனால் ஒரு மொழிபெயர்ப்பில் இந்த நிகழ்வுகளைத் தவற விட்டுவிடக்கூடாது.

‘மாற்றம்’ நாவலின் முதல் அத்தியாயத்தில் ஒரு மக்குப் பையனை வாத்தியார் வகுப்பை விட்டுத் துரத்தியடிக்கிறார். அந்த ஊர்ப் பக்கங்களில் சொல்லுவதுபோல “எங்கயாவது உருண்டுப் போய்த் தொலை!” என்கிறார். வகுப்பில் நடக்கும் நிகழ்ச்சியை விவரிக்கும்போது இந்தச் சொல் கையாளப்படுகிறது. அதன் பிறகு வேறு எங்கேயும் இந்தச் சொல்லைப் பயன்படுத்தாமல் ஏழாவது அத்தியாயத்தில் மட்டும் ஒரே ஒருமுறை பயன்படுத்துகிறார். எந்தப் பையனை ‘உருண்டு போய்த் தொலை’ என்று சொன்னார்களோ, அந்தப் பையன் பேசும்போது, தன்னிடம் பணம் வந்து சேர்ந்ததைச் சொல்கிறான்: “பணம் உருண்டு உருண்டு வர ஆரம்பிச்சிது.” இதற்குமேல் இந்த இரண்டு புள்ளிகளையும் இணைக்கும் எந்தக் குறிப்பும்

இல்லை. அந்த வரியை "பணம் திரண்டுதிரண்டு வர ஆரம்பிச்சிது" என்று மொழிபெயர்த்தால் இந்த அனுபவம் கிடைக்காது.

○

ஒரு எழுத்தாளர் ஒன்றுக்கு மேற்பட்ட பொருள் வரும்படி ஒரு விஷயத்தைச் சொல்லியிருக்கிறார் என்றால், அதை அவர் வேண்டுமென்றே கவனமாகச் செய்திருக்கிறார் என்று எடுத்துக்கொள்ள வேண்டும் என்று நம்புகிறேன். ஒரு மொழிபெயர்ப்பாளராக, அந்த ஒன்றுக்கு மேற்பட்ட பொருட்களை மொழிபெயர்ப்பிலும் தக்கவைப்பது ஒரு அழகான ஆனால் கடினமான வேலை. அதற்கு ஒப்பிட்டால், நேரடியாக ஒரே பொருள் தரும்படி மொழிபெயர்ப்பது ஓரளவு எளிமையான வேலை.

○

ஒரு சிறு குழந்தை இரு பிஞ்சுக் கைகளாலும் குளத்துத் தண்ணீரை அள்ளி அள்ளி ஒரு குப்பியில் நிரப்புவதுபோல மொழிபெயர்ப்பாளர் செயல்படுகிறார். விரலிடுக்குகளில் வழிந்தோடிவிடும் நீர்பற்றிய கவலை சொல்லி மாளாதது.

○○○

வாஷிங்டன் நகரம்   பயணி
ஜூன் 7, 2015

ஒன்று

சொல்லப்போனா, 1979க்கு அப்புறம் நடந்த விசயங்களத்தான் நா எழுதணும். ஆனா, என் மனசு கட்டுக்கடங்காம 1969 வருசத்து இலையுதிர் காலத்தோட அந்த மத்தியானத்துக்கே – பிரகாசமான வெயிலும் பூத்துக் குலுங்கும் சாமந்தியும் தென் திசைக்கு இடம் பெயருற காட்டு வாத்துங்களுமாய் இருந்த அந்த மத்தியானத்துக்கே– இழுத்துக்கிட்டுப் போகுது.

இப்ப, என்னோட ஞாபகங்களும் நானும் குழம்பி ஒன்னாயிடறோம். என் ஞாபகத்துல, அந்தக் காலத்து நா, பள்ளிக்கூடத்திலருந்து வெளியே துரத்தப்பட்ட ஒண்டிப் பையன். பள்ளிக்கூடத்துலருந்து வந்த ஆரவாரமான சத்தத்தைக் கேட்டு ஆசைப்பட்டு, நடுக்கத்தோட, ஆளில்லாத வாசல் வழியா நைசா நொழைஞ்சி, இருளோன்னு இருந்த நீளமான தாழ்வாரத்தத் தாண்டி, பள்ளிக்கூடத்தோட நடுத் திடலுக்கு வந்திருந்தேன். நாலு பக்கமும் பள்ளிக்கூடத்தோட கட்டிடங்கள் சுத்தியிருக்க, நடுவுல முற்றம் மாதிரி இருக்கும் அந்த இடம். முற்றத்தோட இடது பக்கத்துல நட்டுருந்த கருவாலி மரக் கொம்புல, கம்பி வெச்சிக் கட்டியிருந்த சட்டத்தில சிவப்புப் புள்ளிகளா துருப்பிடிச்சிருந்த பள்ளிக்கூட இரும்பு மணி தொங்கிக்கிட்டு இருந்துது. முற்றத்தோட வலது பக்கத்துல செங்கல்லும் சிமெண்டும் வெச்சி மேடை மாதிரி எளிமையா கட்டியிருந்த டேபிள் டென்னிஸ் ஆடுறதுக்கான மேஜை. அதைச் சுத்தி ஒரு கும்பல் நின்னு ரெண்டு பேர் ஆடற போட்டியைப் பாத்துக்கிட்டு இருக்கு. ஆரவார சத்தம் இங்கருந்துதான் வந்திருக்கு.

பாக்கப்போனா, இது எங்க ஊர் பள்ளிக்கூடத்துக்கு இலையுதிர் காலத்து விடுமுறை நேரம். அந்த மேஜையச் சுத்தி நின்னுருந்தவங்கள்ள பெரும்பாலானவங்க எங்கப் பள்ளிக்கூடத்து வாத்தியாருங்க. அவங்ககூட ஒருசில அழகான பொண்ணுங்க இருந்தாங்க. அந்தப் பொண்ணுங்க பள்ளிக்கூடத்தோட முக்கியமான டேபிள் டென்னிஸ் குழுவோட ஆட்டக்காரங்க. வரப்போற தேசிய தினத்துக்கான போட்டியில கலந்துக்கிறதுக்காகப் பயிற்சி செஞ்சிக்கிட்டு

இருக்காங்க. அதனால, அவங்களுக்கு விடுமுறையெல்லாம் கிடையாது – பள்ளிக் கூடத்துலியே இருந்து ஆட்டத் திறமைய வளத்துக்கணும். அவங்கல்லாம் அரசாங்கத்தோட பண்ணையில் இருந்த கட்சிக்காரங்களோட குழந்தைங்க. அதனால தேவையான ஊட்டமும் வெள்ளைத்தோலும் வசதிப்பட்ட குடும்பமும் பளிச்சின்னு துணிமணியுமாப் பாத்தாலே எங்கள மாதிரி பஞ்சப் பசங்க வர்க்கத்திலருந்து மாறுபட்டு இருப்பாங்க. நாங்க அவங்கள ஏக்கத்தோட பாப்போம். அவங்களோட நேர்ப்பார்வை எங்க மேலெல்லாம் படாது.

டேபிள் டென்னிஸ் ஆடிக்கிட்டு இருந்த ரெண்டு பேர்ல ஒருத்தர் எங்க கணக்கு வாத்தியார். அவரு பேரு லியு–த்தியன்–குவாங். ஆள் ஒசரம் கம்மிதான். ஆனால் அவருக்கு வாய் பெரிசா, அகலமா இருக்கும். அவரோட முஷ்டி முழுசையுமே அவரால அவரோட தொண்டைக்குள்ள விட்டு எடுக்க முடியும்னு பேசிக்குவாங்க. ஆனா, எங்க எதிர்ல அவரு அவரோட தனித் திறமைய செஞ்சி காமிச்சது கிடையாது. அவரு மேடையில நின்னு பெரிசா கொட்டாவி விடற காட்சி என் மனசுல அடிக்கடி வரும். அந்த முழுசாத் திறந்த அகலமான வாய் நிஜமாலுமே ஒரு கண்கொள்ளாக் காட்சிதான். அவருக்கு நீர்யானைன்னு ஒரு பட்டப்பெயர் உண்டு. எங்கள்ள யாரும் நீர்யானைய நேரில் பாத்ததில்லை. சீன மொழியில நீர்யானையோட ‘ஹெ–மா’ங்கற பேரும், தேரையோட ‘ஹா–மா’ங்கற பேரும் ஏறத்தாழ ஒரே உச்சரிப்போட இருக்கிறதால, லியு–ஹெ–மா–ங்கற பட்டப் பேரு லியு–ஹா–மா–ன்னு மாறிடிச்சு. அதாவது, ‘நீர்யானை லியு”ங்கற பேரு, தானாவே ‘தேரை லியு”ன்னு மாறிடிச்சி. உண்மையாலுமே இது என் உருவாக்கமெல்லாம் கிடையாது. ஆனா, முன்னபின்ன விசாரிச்சி, இந்தப் பட்டப் பேரு வெச்ச விஷயம் கடைசில என் தலையில விடிஞ்சுது. இந்தத் தேரை லியு, ஒரு தேசத் தியாகியோட மகன். பள்ளிக்கூடத்துப் புரட்சிக்குழுவோட துணைத் தலைவர். அவருக்கு ஒருத்தர் பட்டப்பெயர் வெக்கறாங்கன்னா அது இயல்பாவே பெரிய தப்புதான். நா பள்ளிக்கூடத்திலிருந்து நீக்கப்பட்டதும் பள்ளிக்கூட வாசலுக்கு வெளியே துரத்தப்பட்டதும் தவிர்க்கமுடியாத கட்டாய விளைவுங்கதான்.

நா சின்ன வயசிலருந்தே பயந்தாங்கொள்ளி, சின்ன வயசிலருந்தே விடியாமூஞ்சி, சின்ன வயசிலிருந்தே என் தலையிலயே மண்ண வாரிப் போட்டுக்கிறதுல கெட்டிக்காரன். அப்பப்ப வாத்தியாருங்கள காக்கா பிடிக்க எதையாவது செஞ்சா, அவங்கள எதலயாவது மாட்டிவிடப் பாக்கறேன்னு தப்பா நெனச்சிக்குவாங்க. எங்கம்மா பல தடவ சொல்லியிருக்காங்க: ‘மவனே, நல்ல சேதி சொல்லி, கேட்ட பேர் வாங்கற ஆந்தை நீ’. நிஜம்தான். எப்பவுமே யாரும் என்னை நல்ல விசயங்களோட சம்மந்தப்படுத்திப் பாக்கமாட்டாங்க. ஆனா, ஒரு கெட்ட விசயம் நடந்துட்டா, எல்லாரும் இவன்தான் செஞ்சிருப்பான்னு சொல்லுவாங்க. நிறைய பேருக்கு நா ஒரு கீழ்ப்படியாத பையன். மந்தம். பள்ளிக்கூடத்தையும் வாத்தியாருங்களையும் வெறுக்கிறவன். இது நூத்துக்கு நூறு தப்பான அபிப்ராயம். பள்ளிக்கூடம் பத்தின என் உணர்வு ஆழமானது. பெரிய வாய் லியு வாத்தியார் பத்தின என் உணர்வு விசேஷமாக ஆழமானது. ஏன்னா, நானே ஒரு பெரிய வாய் இருக்கிற பையன்தான். ‘பெரிய் வாய்’–ங்கற தலைப்புல நா எழுதின

கதையிலவர்ற பையன் கதாபாத்திரம் அடியேன்தான். உண்மையில நானும் பெரிய வாய் லியு வாத்தியாரும் இணைபிரியா சகோதரர்களாய் இருந்திருக்கணும். நாங்க ரெண்டுபேரும் பரஸ்பரம் புரிஞ்சிக்கிட்டு, அப்படியில்லன்னா குறைஞ்சபட்சம் பொது சோகத்தச் சுமக்கறவங்களா பரஸ்பரம் பரிதாபப்பட்டுக்கிட்டு வாழணும். நா பட்டப்பெயரே வெக்க முடியாத ஆள் ஒருத்தர் உண்டுன்னா அது அவரு தான். இதுக்கான காரணம் நிதர்சனமா இருந்தாலும் லியு வாத்தியாருக்குப் புரியலை. அவரு என் தலைமுடியைப் பிடிச்சி இழுத்துக்கிட்டு அவரோட அறைக்குக் கூட்டிட்டுப்போய் எட்டி ஒரு உதை விட்டு நா தரையில விழுந்ததும் சொன்னது இது தான்: "நீ . . . நீ . . . பன்னிய கருப்புன்னு கிண்டல் அடிக்கிற காக்கா! ரொம்ப அலட்டிக்காம உன்னோட மூத்திரக் குட்டையில உன்னோட அழகான சின்ன வாய நல்லா பாத்துக்க".

லியு வாத்தியாருக்கு விளக்கிச் சொல்லணும்னு நா நெனச்சேன். ஆனா அவரு என்னைச் சொல்லவிடலை. இப்படித்தான் பெரிய வாய் லியு வாத்தியோரரோட நெருக்கமான உணர்வுகள வெச்சிருந்த ஒரு நல்ல மாணவன் – பெரிய வாய் மோ – பள்ளிக்கூடத்திலருந்து வெளியே துரத்தப்பட்டான்.

என்னோட பள்ளிக்கூடத்திலருந்து லியு வாத்தியாரால வெளியே துரத்தப்பட்ட அவமானகரமான விசயம் எல்லா வாத்தியாருங்க, பசங்க முன்னாடியும்தான் நடந்துது. ஆனா, முன்னாடி மாதிரியே என் பள்ளிக்கூடம் எனக்கு பிடிச்சிருந்ததால தெனமும் எப்பவும் அந்தக் கிழிஞ்ச பையைத் தூக்கிக்கிட்டு பள்ளிக்கூடத்துக்குள்ள நொழஞ்சிடரத்துக்கு ஏதாவது சந்தர்ப்பம் கிடைக்குமான்னு பாத்துக்கிட்டு இருப்பேன். முதல்ல லியு வாத்தியாரே என்னை வெளிய போகச் சொல்லிப் பாத்தார். நா போகலன்னதும் என் காதைத் திருகியோ, தல முடியைப் பிடிச்சி இழுத்தோ என்னை வெளியே தள்ளுவார். ஆனா, அவரு திரும்ப அவரோட அறைக்கு வர்றதுக்குள்ள நா நைசா மறுபடியும் உள்ள நொழஞ்சி வந்திடுவேன். அப்புறம் மத்தப் பசங்களவிட்டு என்னை வெளிய தூக்கிப் போடச் சொல்லுவேன்னு சொன்னாரு. நா அதுக்கும் நகரலன்னதும் ஒசரமா இருந்த ஒரு சில பசங்க நெஜமாவே என் அக்குள்ள கை குடுத்து என்னைத் தூக்கிக்கிட்டுப் போய் பள்ளிக்கூட வாசல் தெருவில போடுவாங்க. ஆனா, அவங்க திரும்பவும் அவங்களோட பெஞ்சுக்கு வர்றதுக்குள்ள நா மறுபடியும் பள்ளிக்கூட முற்றத்துல நொழஞ்சிட்டிருப்பேன். முடிஞ்சவரைக்கும் யார் கண்ணுலயும் படாம இருக்கணும்னும், ஒருவேள பட்டுட்டா கொஞ்சம் பரிதாபம் வரட்டுமேன்னும் எப்பவும் முற்றத்துச் சுவத்து மூலையில ஒடுங்கி நின்னுக்கிட்டு இருப்பேன். முற்றத்துல பசங்களோட கலகலப்பான பேச்சக் கேட்டுக்கிட்டும், அவங்க ஆடி ஓடரதப் பாத்துக்கிட்டும் இருப்பேன். எனக்கு ரொம்பப் பிடிச்சது, டேபிள் டென்னிஸ் போட்டியப் பாக்கறதுதான். நேரம் போறதே தெரியாம, சமயங்கள்ல கண்ணுல தண்ணி வடிய, இல்லன்னா என் கை முஷ்டியைக் கடிச்சபடி பாத்துக்கிட்டு இருப்பேன். கொஞ்ச நாளைக்கப்புறம் அவங்களும் என்னை வெளியத் தள்ளுறதுக்கு மனசில்லாம விட்டுட்டாங்க.

இப்ப, நாப்பது வருசத்துக்கு முன்னாடி அந்த இலையுதிர் காலத்து மத்தியான நேரத்துல, நா பள்ளிக்கூட முற்றத்துச் சுவத்து மூலையில ஒடுங்கி

நின்னுக்கிட்டு தேரை லியு வாத்தியார் டேபிள் டென்னிஸ் ஆடறதப் பாத்துக்கிட்டு இருந்தேன். மத்த டேபிள் டென்னிஸ் மட்டைங்களைவிட அகலமா ராணுவத்து மண்வாரி மாதிரி அவரே செஞ்சிக்கிட்ட மட்டைய வெச்சிக்கிட்டு எங்க வகுப்புல, என் பெஞ்சுல உக்கார்ற லு–வென்–லீ–ங்கற பொண்ணுகூட போட்டி போட்டு ஆடிக்கிட்டு இருந்தார். நிஜத்துல, லு–வென்–லீ–யும் ஒரு பெரிய வாய் இருக்கிற பொண்ணு தான். ஆனா, அவளோட பெரிய வாய், அவளோட முகத்துக்குப் பொருத்தமா இருந்துது. எனக்கோ, லியு வாத்தியாருக்கோ இருக்கறமாதிரி பூதாகரமாத் தெரியல. பெரிய வாய் அழகுன்னு இல்லாத அந்தக் காலகட்டத்திலேயே அவ அழகான குட்டிப் பொண்ணுங்கள்ள ஒருத்திதான். அதுக்கு மேல, அவளோட அப்பா அரசாங்கத்துப் பண்ணையில மோட்டார் ஓட்றவர். சோவியத் யூனியன்ல செஞ்ச ‘காஸ்–51’ ட்ரக்கை சும்மா மின்னல் மாதிரி கம்பீரமா ஓட்டிக்கிட்டுப் போவார். அந்தக் காலத்துல மோட்டார் டிரைவர்ன்னா துரை மாதிரியான வேலை.

ஒரு தடவ, எங்க வகுப்பு வாத்தியார் “எனது இலட்சியம்”–ங்கற தலைப்புல கட்டுரை எழுத வெச்சார். வகுப்புல இருந்த பாதிப் பசங்க மோட்டார் டிரைவர் ஆகிறதுதான் லட்சியம்னு எழுதினாங்க. எங்க வகுப்புலயே ஒசரமா, பெரிசா, முகமெல்லாம் பருவும் லேசா மீசையும் இருந்ததால இருபது வயசுக்காரன் மாதிரி இருந்த ஹெ–ட்சிர்–வு கட்டுரைல நேரடியா எழுதியிருந்தான்: “எனக்கு வேறு எந்த இலட்சியமும் இல்லை. எனக்கு ஒரே ஒரு இலட்சியம்தான். என் இலட்சியம் லு–வென்–லீ–யின் அப்பாவாக ஆவதுதான்.”

ட்சாங் வாத்தியாருக்கு ரொம்ப நல்ல கட்டுரைங்களையும் ரொம்ப மோசமான கட்டுரைங்களையும் வகுப்புல படிச்சிக் காட்டுறது பிடிக்கும். படிச்சிக் காட்டுறதுக்கு முன்னாடி, அவரு எழுதின பசங்களோட பேரைச் சொல்லமாட்டார். படிச்சி முடிஞ்சதும் எழுதினது யாரா இருக்கும்னு எல்லாரையும் ஊகிக்க வைப்பார். அந்தக் காலத்துல கிராமத்துப் பக்கங்கள்ல மாண்டரின் வகை சீன மொழி பேசினா கிண்டல் அடிப்பாங்க. பள்ளிக்கூடங்களும் இதுக்கு விதிவிலக்கு கிடையாது. எங்க பள்ளிக்கூடத்துலேயே எங்களோட இந்த ட்சாங் வாத்தியார்தான் தைரியமா மாண்டரின் வகை சீன மொழி மூலமா பாடம் நடத்தின ஒரே ஆள். ஆசிரியர் பயிற்சி முடிச்சவர். வயசு தோராயமா இருபதுக்குமேல இருக்கும். அவரு மூஞ்சி ஒல்லியா, நீளமா, வெள்ளையா இருக்கும். முடிய ஒரு பக்கமா வகிடு எடுத்து வாரியிருப்பார். வெளிர் நீலத்துல ராணுவத்துத் தடிப்புத் துணியில தச்ச மேல் சட்டை போட்டிருப்பார். காலர்ல கிளிப் போட்டிருப்பார். கை பாகத்துல அங்கி அழுக்காகாம இருக்க கரு நீலத்துல மேலுறை மாதிரி போட்டிருப்பார். வருசம் முழுசும் நாலு பருவத்துக்கும் இதே உடுப்பைப் போட்டுக்கிட்டு வந்திருக்க முடியாது. நிச்சயமா அவரு வேற மாதிரி, வேற நெறத்துல உடுப்புகளும் போட்டுக்கிட்டு வந்திருப்பார். ஆனா, என் ஞாபகத்துல அவரோட உருவம்னாலே, இந்த உடுப்பும் பிரிக்க முடியாம வந்திடும். நா எப்பவுமே அவரை ஞாபகப்படுத்திக்கும்போது, முதல்ல அவரோட கை மேல போட்டிருக்க உறை, அந்தக் காலர்ல இருக்கிற கிளிப், அப்புறம் அவரோட மேல்சட்டையெல்லாம் நினைச்சிக்குவேன். இதுக்கு அப்புறம்தான் அவரோட முகம், அவரோட கண்ணு, காது,

மூக்கு, அவரோட குரல், அவரோட முகபாவம் எல்லாம் ஞாபகம் வரும். இல்லன்னா முடியாது. எண்பதுகளோட பேச்சுவழக்குல அவரை 'வெண்ணைப் பையன்'னு கூப்பிடுவாங்க. தொண்ணூறுகள்ள 'அழகான இளைஞன்'னு சொல்லியிருப்பாங்க. இப்பவெல்லாம் என்ன, 'சூப்பர் பைய'னா? இந்தக் காலத்துலயும் அழகான இளம் பையன்களைக் கூப்பிட பேர் ஏதாவது இருக்கும். எங்க வீட்டுப் பக்கத்துல இருக்கிற சின்ன பொண்ணுங்ககிட்ட கேட்டுத் தெரிஞ்சுக்கணும்.

பாக்கிறதுக்கு ஹெ–ட்சிர்–வு எங்களோட ட்சாங் வாத்தியாரைவிட ரொம்ப வயசானவனா தெரிஞ்சான். அவன் அவரோட அப்பா மாதிரி இருந்தான்னு சொல்றது கொஞ்சம் அதிகமா இருக்கலாம். ஆனா, அவன் அவரோட சித்தப்பான்னு சொன்னா யாருமே சந்தேகப்படமாட்டாங்க. எனக்கு ஞாபகம் இருக்கு, ட்சாங் வாத்தியார் வேணுமின்னே கம்பீரமான குரல்ல நையாண்டி தொனிக்க ஹெ–ட்சிர்–வு எழுதின கட்டுரைய எல்லாருக்கும் படிச்சிக் காமிச்ச காட்சி:

"எனக்கு வேறு எந்த இலட்சியமும் இல்லை."

"எனக்கு ஒரே ஒரு இலட்சியம்தான்."

"என் இலட்சியம் லு–வென்–லீ–யின் அப்பாவாக ஆவதுதான்."

ஒரு நொடி அதிர்ச்சிக்கு அப்புறம் எல்லாரும் "ஓ!"ன்னு கூச்சல் போட்டுக் குலுங்கிக்குலுங்கிச் சிரிச்சோம். ஹெ–ட்சிர்–வு எழுதின கட்டுரைல, வெறுமனே இந்த மூணு வரிங்க மட்டும்தான் இருந்துது. ட்சாங் வாத்தியார் அந்தக் கட்டுரைக் காகிதத்த ஒரு மூலையில பிடிச்சி உதறினாரு – அது ஒளிச்சி வெச்ச எதையோ விழ வெக்கப் போற மாதிரி.

'மேதாவி! நெஜமாவே மேதாவி!'ன்னு சொன்னாரு. 'எல்லாரும் கண்டுபிடிங்க, எந்த மேதாவியோட படைப்பு இது?'

யாராலயும் ஊகிக்க முடியல. நாங்க அக்கம்பக்கம் திரும்பித்திரும்பி ஒருத்தர ஒருத்தர் பாத்துக்கிட்டோம். அந்த மேதாவி எழுத்தாளரைக் கண்டுபிடிக்க முன்ன பின்ன எல்லாரையும் பாத்தோம். கொஞ்ச நேரத்திலேயே எல்லாரோட பார்வையும் ஹெ–ட்சிர்–வு மேலே விழுந்துது. எங்க வகுப்புலயே அவன்தான் ஒசரமா திடகாத்திரமா இருப்பான். அவன்கூட பெஞ்சில உக்கார்ற பசங்கள மிரட்டுவான். அதனால ட்சாங் வாத்தியார் அவனைக் கடைசி பெஞ்சில தனியா உக்கார வெச்சிருந்தார். எல்லார் பார்வையும் அவன் முகத்து மேலேயே இருந்ததால அவன் முகம் கொஞ்சம் சிவந்த மாதிரி இருந்துது.. ஆனா, கவனிச்சிப் பாத்தா அப்படி ஒன்னும் சிவக்கல. அவன் முகபாவம் கொஞ்சம் தர்மசங்கடமா மாறின மாதிரி தோணிச்சி. ஆனா, கவனிச்சிப் பாத்தா, தர்மசங்கடம் எதுவும் தெரியல. கொஞ்சம் பெருமிதம் இருந்த மாதிரிகூட தெரிஞ்சுது. ஏன்னா, அவன் மொகத்தில சின்னதா ஒரு மடத்தனமான, குறும்பான, கள்ளச்சிரிப்பு தெரிஞ்சுது. அவனோட மேல் உதடு மெல்லிசா இருக்கும். அவன் சிரிச்சாலே பல்லு தெரியும். ஊதா நிறத்தில ஈறு, மஞ்ச நிறத்தில பல்லு, ரெண்டு முன் பல்லுக்கும் நடுப்புற ஒரு இடுக்குப் பிளவு. அந்தப் பல் இடுக்கு வழியா சின்னச் சின்னதா எச்சை முட்டை விடறது அவனோட தனித் தெறமை. அவன் மொகத்துக்கு முன்னாடி அந்த எச்சை முட்டையெல்லாம் ஒன்னொன்னா மெதக்கறதப் பாத்துக்கிட்டு

இருக்கிறது வசீகரமா இருக்கும். இப்பவும் அவன் எச்சை முட்டை விட ஆரம்பிச்சான்.

அவனோட கட்டுரை நோட்டை ட்சாங் வாத்தியார் பறக்கும் தட்டு மாதிரி சுழற்றி விசிறி அடிச்சார். அது பாதிலேயே கீழே இறங்கி, து–பாவ்–ஹுவா பெஞ்சு பக்கத்துல விழுந்துது. து–பாவ்–ஹுவா நல்லா படிக்கிற பொண்ணு. அவ அந்த நோட்டை அருவெறுப்போட எடுத்துப் பின்னாலே தூக்கிப் போட்டா.

ட்சாங் வாத்தியார் கேட்டார்: "ஹெ–ட்சிர்–வு, சொல்லு, நீ எதுக்கு லு–வென்–லீ–யோட அப்பாவாகணும்?"

அவன் தொடர்ந்து எச்சை முட்டை விட்டான். வாத்தியார் "எழுந்திருடா!"ன்னு கத்தினாரு. ஹெ–ட்சிர்–வு திமிரா, கொஞ்சமும் மரியாதை காட்டாம எழுந்து நின்னான்.

"சொல்லு, எதுக்கு நீ லு–வென்–லீ–யோட அப்பாவா ஆகணும்?" மறுபடியும் வகுப்பு முழுக்க அட்டகாசமான சிரிப்பலை.

எங்க சத்தத்துக்கு இடையில, எங்க பெஞ்சுல இருந்த லு–வென்–லீ பெஞ்சுல கவுந்து படுத்துக்கிட்டு ஒன்னு அழ ஆரம்பிச்சிட்டா. எனக்கு இன்னக்கி வரைக்கும் புரியல, அவ ஏன் அழுதான்னு. ஹெ–ட்சிர்–வு–க்கு இன்னும் வாத்தியோரோட கேள்விக்கு பதில் சொல்லத்தெரியல. அவன் முகத்தில இருந்த திமிர் இன்னும் அதிகமாச்சி. லு–வென்–லீ–யோட அழுகை, ரொம்ப சாதாரணமா இருந்திருக்க வேண்டிய இந்த சூழலச் சிக்கலாக்கிடிச்சி. ஹெ–ட்சிர்–வு–வோட போக்கு, வாத்தியாரோட மரியாதைக்கும் சவாலாயிடிச்சி. இப்படிப்பட்ட நிலைம வரும்னு தெரிஞ்சிருந்தா, ட்சாங் வாத்தியார் கட்டுரைய எல்லாருக்கும் படிச்சிக் காட்டியிருக்க மாட்டாருன்னு நெனக்கிறேன். ஆனா, விட்ட அம்பு வில்லுக்குத் திரும்பி வராது. இந்த இக்கட்டான சூழல சமாளிக்கறதுக்காக எங்க பக்கங்கள்ல வழக்கமா சொல்ற மாதிரி அவரு சொன்னாரு: "நீ எங்கயாவது உருண்டு போய்த் தொலை!"

உடனே எங்க மேதாவி மாணவன் ஹெ–ட்சிர்–வு – வாத்தியாரைவிட ஒசரமான ஹெ–ட்சிர்–வு – அவனோட புத்தகப் பைய கட்டிப்புடிச்சிக்கிட்டு கீழே படுத்து பந்து மாதிரி சுருண்டுக்கிட்டு, ரெண்டு பெஞ்சு வரிசைக்கும் நடுவுல இருந்த இடைவெளியில உருண்டு போக ஆரம்பிச்சான். எங்களோட வெடிச் சிரிப்பு எங்க தொண்டையிலருந்து எழுந்த உடனே அடங்கிடிச்சி. ஏன்னா, வகுப்புல இருந்த சூழல் கேலி கிண்டல் தாண்டித் தீவிரமாயிடிச்சி. வாத்தியாரோட வெளிறிப்போன முகமும் விட்டுவிட்டுக் கேட்ட லு–வென்–லீ–யோட அழுகையும் சூழலைத் தீவிரமாக்கிடிச்சி. ஹெ–ட்சிர்–வு–வோட உருண்டு போற முயற்சியும் உருளும் பயணமும் சீரா நடக்கல. ஏன்னா, உருளும்போது அவனுக்கு திசை தப்பி, அடிக்கடி பெஞ்சுகளோட கால்கள்ல இடிச்சிக்கிட்டான். இடிச்சிக்கிட்ட உடனே உருண்டபடியே திசையச் சரி செய்யப் பாத்தான். எங்க வகுப்போட தரை செங்கல் பதிஞ்சதுன்னாலும், எங்க காலடிங்க கொண்டு வந்த சேறால மேடும் பள்ளமுமா கெடந்துது. நெனச்சிப் பாத்தா, ஹெ–ட்சிர்–வு ரொம்ப நொந்துதான் போயிருப்பான். ஆனா, அதைவிடவும் அதிகம் நொந்தது வாத்தியார்தான். அவனோடது உடம்பு நோவுன்னா, அவரோட மனசே நொந்து போயிருந்துது. தன்னையே

துன்புறுத்திக்கறது மூலமா இன்னொருத்தரைத் தண்டிக்கிறது ஒருவகையான ரௌடித்தனம் தான். அது வீரம் கெடையாது. ஆனா, அப்படிப்பட்ட காரியத்த செய்யற ஆளு பெரும்பாலும் ஒரு சின்ன ரௌடியா இருக்க முடியாது. பெரிய ரௌடிகளுக்கும் கொஞ்சம் நாயகத்தனம் இருக்கு. அதேமாதிரி, நாயகர்களுக்கும் கொஞ்சம் ரௌடித்தன்மை இருக்கு. ஹெ–ட்சிர்–வு பெரிய ரௌடியா இல்ல பெரிய் நாயகனா? சரி, சரி. எனக்கும் இது புரியல. எப்படியும் அவன் இந்தக் கதையில முக்கியமான பாத்திரம். அவன் உண்மைல எப்படிப்பட்ட ஆளுங்கறத வாசகர்களே தீர்மானிச்சிக்கட்டும்.

இப்படியாக அவன் வகுப்புலருந்து உருண்டு வெளிய போனான். எழுந்து நின்னான். உடம்பு முழுக்க மண்ணு. தலையத் திருப்பிக்கூடப் பாக்கல. வாத்தியாரு கத்தினாரு: "நில்லுடா அங்கேயே!" ஆனா அவன் தலையத் திருப்பிக்கூட பாக்கல. வெளிய சூரிய வெளிச்சம் கண்கூசற மாதிரி பளிச்சின்னு இருந்துது. வகுப்புக்கு எதிர இருந்த நெட்டிலிங்க மரத்துல ரெண்டு குருவி உக்காந்து கீச்சுகீச்சுன்னு கத்திக்கிட்டு இருந்துதுங்க. எனக்குப் பாக்கறப்போ ஹெ–ட்சிர்–வு உடம்புலருந்து தங்க ஒளி வீசுற மாதிரி இருந்துது. மத்தவங்க என்ன நெனச்சாங்கன்னு எனக்குத் தெரியாது. ஆனா, அந்த நேரத்துல என் மனசுல ஹெ–ட்சிர்–வு நிச்சயமா ஒரு நாயகனா ஆயிட்டான். நேரா பாத்து, கால எட்டிப்போட்டு, திரும்பிப் பாக்கறது கவுரவக் குறைச்சல்ங்கற மாதிரி நடந்து போனான். அவன் கைலருந்து சின்னச் சின்னதா கிழிச்ச காகிதத் துண்டுங்க பறக்க ஆரம்பிச்சி, மெதுவா மெதுவா ஆடி ஆடி புழுதில விழுந்துது. மத்தவங்களப் பத்தித் தெரியாது, ஆனா, அந்த நேரத்துல என் இதயம் குதூகலத்தில திம்திம்னு அடிச்சிக்கிச்சி. அவன் பாடப் புத்தகங்களக் கிழிச்சிப் போடறான்! நோட்டுப் புத்தகங்களக் கிழிச்சிப் போடறான்! அவனும் பள்ளிக்கூடமும் மொத்தமா முறிச்சிக்கிட்டாச்சி. பள்ளிக்கூடத்த மூளையோட புழக்கிடையில விசிறிப் போட்டாச்சி. வாத்தியாரையும் அவனோட காலடியில போட்டு நசுக்கியாச்சி. கூண்டைவிட்டுப் பறந்திட்ட ஒரு பறவை மாதிரிதான் அவன். அவன் சுதந்திரமாயிட்டான். விடுதலை அடைஞ்சிட்டான். பள்ளிக்கூடத்தோட விதிமுறைங்களும் ஆணைங்களும் இனிமே அவனக் கட்டுப்படுத்த முடியாது. ஆனா நாங்க, தொடர்ந்து வாத்தியாருங்களோட கட்டுப்பாட்டையெல்லாம் சகிச்சிக்கணும்.

ஹெ–ட்சிர்–வு பள்ளிக்கூடத்தவிட்டு உருண்டோடி வெளியேறி புத்தகத்தக் கிழிச்சிப்போட்டு பள்ளிக்கூடத்தையும் முறிச்சிக்கிட்டப்ப, என் மனசுல அவனப் பத்தின மரியாதை கூடினது மட்டுமில்லாம என்னைக்காவது ஒருநாள் நானும் இந்த மாதிரியான ஒரு மகா காரியத்தப் பண்ணுவேன்னு மனக்கனவு வேற வந்து இந்த விஷயத்தைச் சிக்கலாக்கிடிச்சு. ஆனா, இது முடிஞ்ச கொஞ்ச நாளைக்குள்ள பெரிய வாய் லியு வாத்தியார் என்னைப் பள்ளிக்கூடத்திலருந்து துரத்திட்டார். அது என் இதயத்தில பாரமான வலிய ஏற்படுத்திச்சி. என் வாழ்க்கைல பின்னிப் பிணைஞ்ச பள்ளிக்கூடத்தப் பத்தி நா ஏங்கிக் கவலைப்பட்டேன். யார் நாயகன், யார் கோழைன்னு இந்த மாதிரி அற்ப விசயங்களே காட்டிக்கொடுத்திடும்.

ஹெ–ட்சிர்–வு கையை உதறிட்டுப் போயிட்டதுக்கு அப்புறமும் லு–வென்–லீ அழுதுக்கிட்டு இருந்தா. ட்சாங் வாத்தியார் வெளிப்படையான

எரிச்சலோட உரக்க "போதும்! போதும்!"ன்னு சொன்னாரு. "நிஜமாவே உன் அப்பாவாகணும்னு ஹெ–ட்சிர்–வு சொல்லல. உங்க அப்பா மாதிரி ஒரு டிரைவர் ஆகணும்னு சொல்ல வர்றான். அப்படியே நிஜமாவே அவன் உன் அப்பாவாகணும்னு ஆசைப்பட்டா உடனே உன் அப்பாவா ஆயிடுவானா?"

அவரு இதச் சொல்லி முடிச்சதுமே லு–வென்–லீ தலைய நிமித்தினா. ஒரு பூப்போட்ட கைக்குட்டைய எடுத்து கண்ணத் தொடச்சிக்கிட்டா. அழுறத நிறுத்திட்டா. அவளுக்குக் கண்ணு ரெண்டும் பெரிசு. ரெண்டுத்துக்கும் நடுவுல இடைவெளியும் அகலமா இருக்கும். அவ நம்மளப் பாக்கும்போது ஒரு முட்டாள்தனம் தெரியற மாதிரி இருக்கும்.

ஏன் லு–வென்–லீ–யோட அப்பா எங்களுக்குக் கனவு நாயகன் ஆனாரு? வேகம்தான் காரணம். பையன்கள் எல்லாரும் வேகத்தோட பக்தர்கள். நாங்க வீட்டுல சாப்பிட்டுக்கிட்டு இருக்கும்போது இன்ஜின் சத்தம் கேட்டுட்டா, சோத்துக் கிண்ணத்தைப் போட்டுட்டுத் தெருமுனைக்கு ஓடி வந்து, லு–வென்–லீ–யோட அப்பா, அந்தப் புல்லுப் பச்சை நெறத்து 'காஸ்–51' ட்ரக்கை கிராமத்துக் கிழக்கால இருந்தோ, மேற்கால இருந்தோ ஓட்டிக்கிட்டு வர்றதப் பாப்போம். புழுதில தானியம் கிளறிக்கிட்டு இருக்கிற கோழியெல்லாம் அலறிப் பறந்திடும். தெருவுல சோம்பேறியா திரியற நாயெல்லாம் எகிறிக் குதிச்சி தெருவோரக் கால்வாயில பதுங்கிடும். எளிமையா சொல்லணும்னா, ட்ரக்கு வந்திச்சின்னா கோழி பறக்கும், நாய் எகிறும். ட்ரக்கு ஏறிச் செத்த கோழிங்களும் ட்ரக்கு இடிச்சிச் செத்த நாயிங்களும் நெறைய இருந்தாலும், லு–வென்–லீ–யோட அப்பா ட்ரக்கோட வேகம் குறையல. கோழிச் சொந்தக்காரங்களும் நாய்ச் சொந்தக்காரங்களும் பேசாம வந்து அடிச்சிப்போட்ட கோழியைத் தூக்கிக்கிட்டு, நாயை இழுத்துக்கிட்டு, அவங்கவங்க வீட்டுக்குப் போயிருவாங்க. யாரும் எதுத்தும் பேசமாட்டாங்க. லு–வென்–லீ–யோட அப்பாவத் தேடிக்கிட்டும் போக மாட்டாங்க. மோட்டார் வண்டின்னா இவ்ளோ வேகமாத்தான் போவும். இவ்ளோ வேகமா போலன்னா அது மோட்டார் வண்டி இல்ல. கோழியும் நாயும்தான் வண்டிக்கு ஒதுங்கிப் போகணும். கோழிக்கும் நாயிக்கும் மோட்டார் வண்டி ஒதுங்கிப் போகுமா?

அந்த 'காஸ்–51' ட்ரக்கு, கொரியாவை ஆதரிச்சி அமெரிக்க எதிர்ப்புப் போர்ல பயன்படுத்தின சோவியத் ரஷ்யாவோட ட்ரக்குன்னு சொல்லிக்கிட்டாங்க. ட்ரக்குமேல அமெரிக்க விமானத்துலருந்து சுட்ட குண்டு தொளச்ச ஓட்டை இன்னும் இருக்கு. அதாவது, இது ஒரு சரித்திரப் பிரசித்தி பெற்ற மகிமையுள்ள ட்ரக்கு. போர்த் தீ எழும்புன காலகட்டத்தில குண்டுமழைக்குப் பயப்படாம முன்னேறின வீர வண்டி; அமைதிக் காலகட்டத்தில புழுதிப் புயல் கிளப்பிப் பறக்கிற வேக வண்டி.

அந்த ட்ரக்கு எங்களக் கடக்கறப்ப லு–வென்–லீ–யோட அப்பா மிதப்பா உக்காந்து போறதப் பாத்திருக்கோம். சில சமயத்துல அவரு கறுப்புக் கண்ணாடி போட்டிருப்பார். சில சமயத்துல போட்டிருக்கமாட்டார். சில சமயத்தில கைல வெள்ளக் கையுறை போட்டிருப்பார். சில சமயத்துல வெள்ளக் கையுறை போட்டிருக்கமாட்டார். அவரு கறுப்புக் கண்ணாடியோட வெள்ளக் கையுறையும் போட்டுக்கிட்டு வர நேரங்கதான் எனக்கு ரொம்பவும் பிடிக்கும். ஏன்னா, நா ஒரு சினிமா பாத்திருக்கேன். அதுல

எங்க ராணுவ துப்பறியும் நாயகன் வெள்ளவெளேர்னு ஒரு கையுறையும் கறுப்புக் கண்ணாடியும் போட்டுக்கிட்டு இருப்பார். எதிரி நாட்டு ராணுவ அதிகாரி மாதிரி மாறுவேசம் போட்டுக்கிட்டு அவங்களோட பீரங்கிப்படை இருக்கிற இடத்துக்கே போய் மேற்பார்வை பண்ணுவார். ஒரு பீரங்கி முனைக்குள்ள அவரோட வெள்ளவெளேர்னு இருக்கிற கையுறயோட கையத் தடவி எடுப்பார். ஒன்னு ரெண்டு விரல்கள்ல கறுப்புப் படிஞ்சிடும். அதுக்கப்புறம், அந்த பீரங்கியப் பாத்துக்கிற அதிகாரியப் பாத்து மிரட்டலா கேப்பார்: "உங்க பீரங்கிகளை இப்படித்தான் பராமரிக்கறதா?" எதிரிகளோட அமெரிக்க பாணி ராணுவ உடை நெஜமாவே நல்லா இருந்துது. அந்த அமெரிக்க பாணி ராணுவ உடையும் வெள்ளவெளேர்னு கையுறையும் கறுப்புக் கண்ணாடியும் போட்டதுக்கப்புறம் எங்க ரகசிய உளவாளி அசத்தலான எல்லையில்லாத கட்டுப்பாடுகளில்லாத இயல்பான நாயகனா இருந்தார். அந்தப் படம் பாத்த ரொம்ப நாளைக்கு அவர மாதிரி நடிச்சி பாவன பண்ணிக்கிட்டு வசனம் பேசறது எங்க எல்லாருக்கும் ரொம்பப் பிடிக்கும்: "உங்க பீரங்கிகளை இப்படித்தான் பராமரிக்கறதா?" ஆனா, கையில அந்த வெள்ளக் கையுறை இல்லாம, இந்த நடிப்பு அதே மாதிரி இருக்காது. ஒரு ஜோடி வெள்ளக் கையுறைங்களப் போட்டுக்கணும்ங்கறது எங்க எல்லாருக்கும் இருந்த கனவு. அமெரிக்க பாணி ராணுவ உடையும், கறுப்புக் கண்ணாடியும் அவரோட இடுப்புலருந்து தொங்கற துப்பாக்கியும் எங்க கனவுலகூட அடைய முடியாத விசயங்கள்.

எங்க வகுப்புல இருந்த எல்லாப் பையன்களும் கொஞ்சம் பொண்ணுங்களும் ஹெ–ட்சிர்–வு–வை ஆராதிக்கறதுக்கு அவன் எப்படிப் பள்ளிக்கூடத்தவிட்டு வெளியே போனான்றது மட்டும் காரணமில்ல. அவன் பள்ளிக்கூடத்த விட்டுட்டுப்போன கொஞ்ச நாளைக்கெல்லாம் எங்க வாத்தியாருங்க, பள்ளிக்கூடப் பிள்ளைங்க எல்லார் முன்னாடியும் பிரமாதமான ஒரு விசயத்த அலட்டிக்காம செஞ்சிக் காட்டிட்டான்.

அந்த நாள் ஜூன் ஒன்னாம் தேதி, எங்களோட சிறுவர் தினம். நாங்க எல்லாரும் பள்ளிக்கூடத்து முன்னாடி இருந்த மைதானத்துல முக்கியமான கொடியேற்று விழாவுக்காகக் கூடியிருந்தோம். எங்க பள்ளிக்கூடம் இருந்த இடம் ஒதுக்குப்புறம்தான்னாலும், அரசாங்கத்துப் பண்ணையிலருந்து ரொம்பத் தள்ளி இல்ல. அங்க கொஞ்சம் திறமையான வலதுசாரி ஆட்களும் இருந்தாங்க. அதில படிப்பிலயும் விளையாட்டுலயும் திறமையானவங்க சமயங்கள்ல எங்களுக்கு மாற்று வாத்தியாருங்களா வருவாங்க. அவங்களாலதான் லு–வென்–லீ எங்க காவ்–மீ கோட்டத்து டேபிள் டென்னிஸ் வெற்றியாளரா ஆனாள். அவங்களாலதான் ஹாவ்–த–சுன் அப்படீங்கற பையன் எங்களோட ச்சாங்–வெய் மாவட்டத்துச் சிறுவர்களுக்கான கொம்பு ஊன்றித் தாண்டும் போட்டியில முதலாவதா வந்தான்.

இது மட்டுமில்லாம, அவங்கதான் எங்க பள்ளிக்கூடத்துல ஓரளவு சுமாரான வாத்தியக் குழு உருவாக உதவினாங்க. ஒரு பெரிய முரசு, பத்து சின்ன முரசு, ரெண்டு பெரிய ஜால்ரா, பத்து ட்ரம்பட், பத்து ட்ராம்போன், கூடவே ரெண்டு உடம்புல சுத்திக்கிட்டு வாசிக்கிற வானம் பாத்து வாய் விரிஞ்சிருக்கிற பளபளப்பான ட்யுபா. கிராமத்து ஜனங்க வாத்தியக் குழு பாக்காதவங்க இல்ல. ஒரு மேளம், ஒரு மணி, ஒரு ஜால்ரா: டும் டும் ஜல், டும்

டும் ஜல், டும் ஜல், டும் ஜல், டும் டும் ஜல். ஒரே மாதிரி மாத்தமேயல்லாம, இரைச்சலா. ஆனா, எங்க பள்ளிக்கூடத்து வாத்தியக் குழு முதல் தடவையா மைதானத்துல வாசிச்சிக் காமிச்சப்போ, நாங்க வாசிச்ச விதம், நடை, ஈர்ப்பு, அது மட்டுமில்லாம உணர்ச்சிகரமான தாளலயம், இசைன்னு கிராமத்து ஜனங்க அத்தன பேருக்கும் கண்ணுங்களையும் காதுங்களையும் விரிய வெச்சிட்டோம். இப்படி ஒரு வாத்தியக் குழுவ இதுக்கு முன்ன பாத்ததுண்டா? இப்படி ஒரு ஒலிய யாராவது கேட்டதுண்டா?

ஒவ்வொரு வாத்தியக் குழு உறுப்பினருக்கும் பள்ளிக்கூடமே சீருடை கொடுத்தது. பையன்களுக்கு நீல அரைக்கால்சட்டையும் வெள்ளைச் சட்டையும், பொண்ணுங்களுக்கு வெள்ளைச் சட்டையும் நீலப் பாவாடையும். கால்ல வெள்ளை ரப்பர் ஷூ, வெள்ளை சாக்ஸ். எல்லார் கன்னத்துலயும் ரோஸ் பவுடர் தடவி, மை பென்சில்ல புருவத்து மேல அழுத்தி வரைஞ்சிருக்கும். பொண்ணுங்க எல்லாரும் சிவப்பு நிறத்தில ரிப்பன் கட்டிக்கிட்டு, பையனுங்க எல்லாரும் கழுத்தில குட்டியா சிவப்பு நிறத்துல பட்டாம்பூச்சிக் கழுத்துப்பட்டை போட்டுக்கிட்டு, நிஜமாவே ஜோரா இருக்கும். அதுமட்டுமில்லாம எல்லாருமே வெள்ளவெளேர்ன்னு மெல்லிசான கையுறை மாட்டிக்கிட்டு இருப்போம்! இந்த மாதிரியான வாத்தியக் கருவிங்களயும் உடுப்புங்களையும் வாங்கணும்னா ஏகப்பட்ட பணம் ஆகும். எங்க பள்ளிக்கூடத்துல இருந்த மேஜை நாற்காலி தளவாடங்களையும் அந்தப் பள்ளிக்கூட மணியையும் வித்தாகூடக் காணாது. ஆனா, சியாவ் ஆத்துப் பக்கத்தில இருக்கற அரசாங்க பண்ணையப் பொருத்தவரைக்கும் இது வெறும் "கோழி உடம்புலருந்து எடுத்த ஒரு இறகுக்குச் சமானம்". ஆனா, "ஒம்பது காட்டுஎருமைங்க கிட்டருந்து எடுத்த ஒரு முடிக்குச் சமானம்"ன்னு நா சொல்லமாட்டேன். ஏன்னா, "ஒம்பது காட்டுஎருமைங்க கிட்டருந்து எடுத்த ஒரு முடிக்குச் சமானம்"ன்னு சொல்றது கொஞ்சம் அதிகம் தான்.

என்னோட நிறைய கதைகள்ள சியாவ் ஆத்து அரசாங்கப் பண்ணை வந்திருக்கு. உல்லாசப் பேர்வழிங்களாவும் கேளிக்கைல ஈடுபாடு கொண்டவங்களாவும் நா பாக்கற வலதுசாரி ஆட்களும்தான். என்னோட 'முப்பது வருடங்களுக்கு முந்தைய நெடுந்தூர ஓட்டப்பந்தயம்'ங்கற குறுநாவல்ல முக்கியப் பாத்திரங்களே அவங்கதான். ஆர்வம் இருக்கிற வாசகருங்க அதப் படிச்சிப் பாருங்க. ஆனா அது ஒரு குறுநாவல். அதுக்குள்ளே இருக்கறது பெரும்பாலும் என்னோட கட்டுக்கதை. ஆனா, இது அடிப்படையில ஒரு நினைவுக்குறிப்பு. இதில நடந்த வரலாற்றுக்கு மாறா ஏதாவது வந்திருந்தா, அதுகூட இவ்ளோ வருச இடைவெளில என்னோட நினைவு தப்பினதாலத்தான் இருக்கும்.

சியாவ் ஆத்து அரசாங்கப் பண்ணை எல்லா ஜனங்களுக்கும் உடைமையானது. முன்காலத்துல ஷ்ஸின்--சியாங் படைப்பிரிவோட தயாரிப்பு மற்றும் கட்டுமான அமைப்புல ஒரு பாகமா இருந்துது. பெரும்பாலும் ராணுவத்தில முன்னாடி இருந்தவங்கதான் பண்ணையில இருந்தாங்க. அதுக்கப்புறம் சில ட்ச்சிங்–தாவ் பகுதியைச் சார்ந்த படித்த இளைஞர்களையும் சேத்துகிட்டாங்க.

அறுபதுகள்ள எங்க கிராமத்துல மாட்டுவண்டியும் மரக் கலப்பையும் இருந்த காலகட்டத்தில சியாவ் ஆத்து அரசாங்கப் பண்ணையில சோவியத்

ரஷ்யாவில செஞ்ச கதிரறுப்பு அறுவடை மோட்டார் வண்டி ஒன்னு இருந்துது. சிவப்பு நிறத்தில இருக்கும். அந்த வண்டி பண்ணையோட பெரிய கோதுமை வயல்ல தடதடன்னு வந்தப்போ எங்களுக்கு வந்த அதிர்ச்சி, 1904ல போட்டு முடிச்ச சியாவ்–நான்–லருந்து சீ–நான் வரைக்கும் போற ரயில் பாதையில ஜெர்மனி நாட்டுல செஞ்ச ரயில் வண்டி கறுப்புப் புகையைக் கக்கிக்கிட்டு வந்ததைப் பாத்தப்ப எங்க தாத்தா பாட்டிக்கெல்லாம் எப்படி இருந்திருக்குமோ அப்படித்தான் இருந்துது. இந்த மாதிரியான ஒரு பண்ணைக்குப் பக்கத்தில இருக்கிற ஒரு ஆரம்பப் பள்ளிக்கூடத்தோட வாத்தியக் குழுவுக்கு உபகரணங்கள் குடுக்கறதுங்கறது (சரித்திர நாயகன் மாவீரத் தளபதி) ‘ட்சாங் ஃபெய்–க்கு மொச்சக் கொட்டை மெல்ற மாதிரி’. வெறும் நொறுக்குத் தீனி. வளவளன்னு ஏதேதோ சொல்றேன்னு கடுப்பாயிடாதீங்க. என் மண்டை முழுக்க இந்த மாதிரியான கதம்பமான நினைவுங்க மண்டிக் கிடக்குது. நா எழுதல இதையெல்லாம். அதுங்களாவே வெளியே வந்திடுதுங்க.

எதுக்கு சியாவ் ஆத்து அரசாங்கப் பண்ணை எங்க பள்ளிக்கூடத்து வாத்தியக் குழுவுக்கு உபகரணங்களக் குடுக்கணும்? ஏன்னா, அவங்களோட நிறைய பசங்க இங்க படிச்சாங்க. அவங்க எதுக்கு வலதுசாரி ஆட்கள மாற்று வாத்தியாருங்களா அனுப்பணும்? அதுகூட, அவங்களோட நிறைய பசங்க இங்க படிச்சாங்கங்கற காரணத்துக்காகத்தான். எங்க பள்ளிக்கூடத்துல ஆசிரியர் பயிற்சி முடிச்சிருந்த ட்சாங் வாத்தியார்தான் இருக்கறதிலேயே அதிகத் தகுதி உடையவர். எங்க பெரிய வாய் லியு வாத்தியார் இடைநிலைப் பள்ளிக்கூடத்தையே தாண்டினது கிடையாது. ஆனா, பண்ணையில இருந்த வலது சாரி ஆட்கள் எல்லாருமே நல்லா படிச்ச அறிவு ஜீவிங்க. இங்க சொல்லிடறேன், நீங்க எல்லாருமே புரிஞ்சிக்கிட்டு இருப்பீங்க– ஷான்–தொங் தீபகற்பத்திலேயே எங்க பள்ளிக்கூடம்தான் ரொம்ப நல்ல பள்ளிக்கூடம். நா அஞ்சாவது படிக்கும்போது பள்ளிக்கூடத்திலருந்து வெளிய துரத்தப்பட்டு, பின்னால பட்டாளத்தானா ஆகி ராணுவ வேலைக்கு அனுப்பப்பட்டப்போ, மத்த பள்ளிக்கூடத்துல முழு படிப்பையும் முடிச்சிட்டு வந்த ராணுவக்காரங்களுக்கும் பாடம் எடுக்க முடியும்னு முழுசா தெரிஞ்சுக்கிட்டேன். நா மட்டும் எங்க பள்ளிக்கூடத்துல முழுசா படிச்சி முடிச்சிருந்தா, 1977ல கல்லூரி நுழைவுப் பரிட்சை மறுபடியும் அறிமுகப்படுத்தப்பட்டப்போ, அநேகமா பெய்–சிங் பல்கலைக்கழகத்திலேயோ டச்சிங்–ஹுவா பல்கலைக்கழகத்திலேயோ சேந்திட்டிருப்பேன்.

வாத்தியக் குழுவில நாங்க ‘கிழக்குச் சிவப்பு’ பாட்டை வாசிச்சிக்கிட்டு இருந்தோம். தலைய நிமித்தி எங்க அஞ்சு நட்சத்திரங்கள் மின்னும் சிவப்பு தேசியக் கொடி மெல்ல மெல்ல கொடிக்கம்பத்தில ஏறரதப் பாத்துக்கிட்டு இருந்தப்ப, ஹெ–ட்சிர்–வு மங்கிப்போன ஒரு பழைய சீருடையையும் கொஞ்சம் புதுசான அகலத் தொப்பியையும், வெள்ளைக் கையுறையையும் கறுப்புக் கண்ணாடியையும் போட்டுக்கிட்டு, கையில வீட்டுல செஞ்ச ஒரு குதிரைச் சவுக்கு எடுத்துக்கிட்டு விளையாட்டு மைதானத்தோட பார்வையான இடத்துல வெளிப்பட்டான். தேசியக் கோடி ஏத்தும்போது நாங்க ஏன் எங்க தேசிய கீதம் வாசிக்காம ‘கிழக்குச் சிவப்பு’ பாட்டை வாசிச்சோம்? ஏன்னா, தேசிய கீதத்தை எழுதினவரும் இசை அமைச்சவரும் துரோகிகள்ன்னு குற்றம் சாட்டப்பட்டிருந்தாங்க.

ஹெ–ட்சிர்–வு எங்கருந்து இந்த ஆடை அலங்காரத்தைப் பிடிச்சான்? அப்ப எங்களுக்குத் தெரியாது. பல வருசங்களுக்குப் பின்னாடி நானும் அவனும் டச்சிங்–தாவ்–ல பாத்துக்கிட்டப்ப இதப்பத்திக் கேட்டேன். அவன் பாதி கிண்டலும் பாதி உண்மையுமா “லு–வென்–லீ–யோட அப்பா கிட்டருந்து எரவல் வாங்கன்து’–ன்னு சொன்னான். சினிமாவுல வந்த கதாநாயக ஒற்றன் அளவுக்கு இவனோட வேசம் இருந்துதுன்னு சொல்ல முடியாட்டியும் எங்க எல்லாரையும் அசர வெச்சிட்டான். தீர்மானமா அடி வெச்சி, ஒசத்தின தலையும் நிமிர்ந்த நெஞ்சுமாய் கொஞ்சமும் பயமில்லாம பள்ளிக்கூடப் பசங்க வரிசைக்கும் பள்ளிக்கூட தலைவர்களுக்கும் நடுவுல நடந்து வந்தான். நடந்துகிட்டே அவன் கையில இருந்த குதிரை சவுக்கை எங்க பக்கம் காட்டி குரலும் தொனியும் மாத்தி அவன் கேட்டான்: “உங்க பீரங்கிங்கள இப்புடித்தான் பராமரிக்கறதா?”

பள்ளிக்கூடத் தலைவருங்க எல்லாம் ஹெ–ட்சிர்–வு அவங்க முன்னாடி கம்பீரமா நடந்து போறதை வாயப் பொளந்து பேந்தப் பேந்தப் பாத்துக்கிட்டு இருந்தாங்க. அவன் தெனாவட்டா அவங்க எதிரிலேயே திரும்பிக் கடந்து போறதையும் வாயப் பொளந்து பேந்தப் பேந்தப் பாத்துக்கிட்டு இருந்தாங்க. அவன் சீட்டி அடிச்சிக்கிட்டு மைதானத்துப் பக்கவாட்டில இருந்த பாதைல நடந்தான். எங்க பார்வையெல்லாம் அவன் ஆத்து மேட்டுல ஏறுற வரைக்கும் அவன் முதுகுப் பக்கம் மேலேயே இருந்துது. அவன் ஆத்து மேட்டத் தாண்டி அந்தப் பக்கம் இறங்கரப்பவும் அவனையே பாத்துக்கிட்டு இருந்தோம். அவன் மெல்ல ஆத்துப் போக்குல நடந்து மறைஞ்சி போனான். ஆத்துல தண்ணி இருந்துதுன்னு எங்களுக்குத் தெரியும். தண்ணிப் பக்கம் போய் அவன் என்ன செய்வான்ங்கற காட்சிய நாங்களே கற்பனை பண்ணிக்கிட்டோம். இந்த ஆடையெல்லாம் அவுத்துட்டு ஆத்துல இறங்கிக் குளிச்சிருப்பானோ? இல்ல, தண்ணியில தெரியற அவனோட பிம்பத்தப் பாத்துக்கிட்டு இருப்பான். அந்த சம்பவத்துக்கு அப்புறம் பள்ளிக்கூடத்துல ஏற்பாடு செஞ்சிருந்த எந்த நிகழ்ச்சியும் எங்களுக்குச் சுவாரஸ்யமா படல. சேர்ந்து பாடின கவிதை வாசிப்பாகட்டும், தமாசான நாடகமாகட்டும், எதுவுமே எங்க மனசை ஆத்தங்கரையிலருந்து மீட்டுக்கிட்டு வர முடியல. பெரிய வாய் லியு வாத்தியார் கோவம் கொப்புளிக்க அறிவிச்சாரு: “நாம நிச்சயமா அவன பெண்டு நிமித்தணும்!” ஆனா, கடைசி வரைக்கும் லியு வாத்தியார் ஹெ–ட்சிர்–வு–வோட பெண்டை நிமித்தறத்துக்கு என்ன பண்ணார்ன்னு எதுவும் எங்க காதுக்கு வரல.

ஹெ–ட்சிர்–வு–வோட அப்பா வருசக்கணக்கா ஒரு பண்ணையில கூலியாளா இருந்தாரு. ஹெ–ட்சிர்–வு–வோட அம்மா, எங்க கிராமத்து கம்யூனிஸ்ட் கட்சி ஆட்கள்லயே மூத்தவங்க. அம்மை போட்ட மொகம். பெரிய பெரிய காலுங்க. குணத்தில கோவக்காரங்க. அடிக்கடி காரணம் எதுவுமே இல்லாம அவங்க வீட்டு வாசல்ல உரல் கல்லு பக்கத்துல நின்னு தெருவைப் பாத்துக் கோவமா திட்டிக்கிட்டு இருப்பாங்க. அவங்க தெருவைப் பாத்துத் திட்டும்போது, இடது கைய இடுப்பில வெச்சிக்கிட்டு இன்னொரு கையத் தூக்கி வெச்சிக்கிட்டு, பழைய கொதி கெண்டி மாதிரி இருப்பாங்க. ஹெ–ட்சிர்–வு வீட்டுக்குப் பெரிய பையன். அவனுக்குக் கீழ மூணு தம்பிங்களும் ரெண்டு தங்கச்சிங்களும் இருந்தாங்க. வீட்டுல சாஞ்சிடப் போறமாதிரி இருந்த மூணு அறைங்க மட்டும்தான். செங்கல்

மேட்டுப் படுக்கைமேல பாய்கூடக் கிடையாது. இப்படிப்பட்ட குடும்பத்துல பிறந்த ஹெ–ட்சிர்–வு–வைப் பெரிய வாய் லியு வாத்தியார் ஒன்னும் பண்ண முடியல. தலைவர் மாவ்–ட்ஸ–தொங் வந்திருந்தாக்கூட என்ன பண்ணியிருக்க முடியும்?

1973ஆம் வருசத்து இலையுதிர்காலத்தில பருத்தி ஆலைல கணக்குப்பிள்ளையா இருந்த மாமாவோட தயவால அங்கேயே ஒரு தற்காலிக வேலைக்குச் சேந்தேன். தற்காலிக வேலைன்னாலும் மாசம் இருவத்தி நாலு யுவான் பணம் எங்க கூட்டுத் தயாரிப்புக் குழுவுக்குக் குடுத்த பிறகும் என்னால பதினஞ்சு யுவான் பணம் சேமிக்க முடிஞ்சிது. பன்னிக்கறி அரை கிலோ எழுபது ஃபென், ஒரு முட்டை ஆறு ஃபென்–னுன்னு வித்த காலம் அது. ஒரு யுவான்–ல நூறு ஃபென் இருக்கறதால பதினைஞ்சு யுவான்–ல நிறைய பொருள் வாங்க முடியும். நாகரீகமா உடையெல்லாம் போட்டேன். தல முடிய நீளமா வெச்சிக்கிட்டேன். பல ஜோடி வெள்ளைக் கையுறைங்களும் இருந்துது. சமயங்கள்ல பெருமிதமா மெதப்பா இருக்கும்.

ஒருநாள், வேலைலருந்து திரும்பி வர்றப்போ ஹெ–ட்சிர்–வு என்னைப் பாக்க வந்தான். கால்விரல் தெரியற அளவுக்குப் பிஞ்சிப்போன ஷூவும் மேலுக்குக் கம்பளியப் போத்திக்கிட்டும் இருந்தான். கலஞ்ச தலைமுடியும் தாடியுமா இருந்தான். நெத்தியில ஆழமா மூணு சுருக்கம்.

அவன் எங்கிட்ட, "பத்து யுவான் குடு. நா எல்லை தாண்டி கெழக்குப் பக்கம் போறேன்"ன்னு சொன்னான்.

"நீ போயிட்டா, உன் அப்பா, உன் அம்மா, உன் தம்பி, தங்கச்சிங்க என்ன ஆவாங்க?"ன்னு கேட்டேன்.

"கம்யூனிஸ்ட் கச்சி அவுங்கள பட்டினிலெ சாக விட்றாது"ன்னு சொன்னான்.

"வடகிழக்குக்குப் போய் என்ன பண்ணப் போறே?"ன்னு கேட்டேன்.

"தெரியாது. சாவற வரைக்கும் இங்கயே கெடக்கறதவிட அது மேல். என்னப் பாரு. முப்பது வயசாகப் போவுது. இன்னும் பொண்டாட்டிகூட அமையல. இங்கருந்து வெளிய போயிடணும். மரம் நவுந்தா சாவும். மனுசன் நவுந்தா வாழுவான்."

உண்மையச் சொல்லணும்னா அவனுக்குப் பணம் குடுக்க எனக்கு விருப்பமில்ல. அந்தக் காலத்துப் பத்து யுவான், சில்லற விசயமில்ல.

அவன் சொன்னான்: இப்புடி வெச்சிக்கலாமா? ஒருவேளை நா மேலுக்கு வந்துட்டன்னா, இந்தப் பணத்த உனுக்குத் திருப்பித் தரமாட்டேன். அப்புடியில்லாம, நா மேலுக்கு வரமுடியலைன்னு வெச்சிக்கோ, அப்ப என் ரத்தத்த வித்தாவது இந்தப் பணத்த உனுக்குத் திருப்பித் தந்திடுவேன்.

நிஜத்தில அவனோட வாதம் எனக்குப் புரியல. ரொம்ப நேரத்துக்கு இழுத்தடிச்சி, கடைசில அவனுக்குப் பத்து யுவான் குடுத்திட்டேன்.

நாம மறுபடியும் நா பள்ளிக்கூடத்து முற்றத்துச் சுவர்ல சாஞ்சிக் கிட்டு பெரிய வாய் லியு வாத்தியாரும் லு–வென்–லீ–யும் டேபிள் டென்னிஸ் ஆடறத பாத்துக்கிட்டு இருக்கிற அந்த மத்தியானத்துக்கே

திரும்பி வரலாம்பா. லியு வாத்தியார் சுமாராதான் ஆடுவாரு. ஆனா விளையாட்டுல ஆர்வம் அதிகம். அது மட்டுமில்லாம, அவருக்குப் பொம்பளப் பிள்ளைங்க கூட ஆடறது ரொம்பப் பிடிக்கும். பள்ளிக்கூடத்து டேபிள் டென்னிஸ் குழுவில இருந்த எந்தப் பொண்ணும் அசிங்கமா இருக்கமாட்டா. ஆனா, லு–வென்–லீ தான் அவங்க அத்தன பேர்லயும் ரொம்ப அழகு. அதனால, லியு வாத்தியாருக்கு அவகூட ஆடறதுன்னா ரொம்ப விருப்பம். லியு வாத்தியார் பந்தை அடிக்கும்போது, அவர அறியாமலே அவரோட பெரிய வாய் திறந்துக்கும். வெறும் பெரிய வாய் திறந்திருக்கும்னா அது ஒரு விசயமில்ல. ஆனா, அந்தப் பெரிய வாயோட அடியாழத்திலருந்து ஒரு வகையா சத்தம் வரும், "கா–கு–கா–கு"ன்னு, என்னமோ உள்ளருந்து சில தவளக்கொட்டான்க வெளியவரப் பாக்கறமாதிரி. பாத்தாலும் சரி, கேட்டாலும் சரி, அவரு ஆடறதுன்னா கொமட்டிக்கிட்டு வரும். லு–வென்–லீ–க்கு அவருகூட ஆடறது கொஞ்சமும் பிடிக்கலன்னு எனக்குத் தெரியும். ஆனா, அவருதான் பள்ளிக்கூடத்துத் தலைவர். அவருகூட ஆடமாட்டேன்னு அவளால சொல்ல முடியாது. அவரு கூட ஆடும்போது அவ மனசுல இருக்கற அருவெறுப்பு , அவ மனசுக் கொமட்டல் அவ முகத்துல தெரியறதுலயும் அவ வெறுப்படிச்ச மாதிரி ஏனோதானோன்னு ஆடறதுலயும் வெளிப்படையாவே தெரியும்.

நா இவ்ளோ கதை அடிச்சதெல்லாம் இப்ப சொல்லப்போற பரபரப்பான கட்டத்துக்கு அடித்தளம் போடத்தான். லியு வாத்தியார் வாயத் தெறந்து வெச்சிக்கிட்டு சுழட்டி அடிச்ச ஒரு பந்தை, லு–வென்–லீ அநாயசியமா திருப்பி அடிச்சா. அந்தப் பளபளக்குற பந்து, அதுக்குக் கண்ணு இருக்கறமாதிரி நேரா பறந்து லியு வாத்தியாரோட வாய்க்குள்ள போயிடுச்சிப்பா.

ஆட்டத்தைப் பாத்துக்கிட்டிருந்த எல்லாரும் ஒரு நிமிசம் அசந்து போயிட்டாங்க. அப்புறம் "ஹா!ஹா!"ன்னு குலுங்கக்குலுங்க சிரிக்க ஆரம்பிச்சிட்டாங்க. டீச்சருங்கள்ள சிகப்பா இருக்கற மா டீச்சர் சிரிச்சிச் சிரிச்சி, அவங்க முகமே சேவல் கொண்டை கணக்கா சிவந்து போச்சி. இது வரைக்கும் முகத்த இறுக்கமா வெச்சிக்கிட்டு இருந்த லு–வென்–லீ கூட கெக்கலி கொட்டச் சிரிச்சிட்டா.

நா ஒருத்தன்தான் சிரிக்கலை. இப்படியும் ஒரு காரியம் தற்செயலா நடக்குமான்னு மலைச்சிப் போயிருந்தேன். எங்க கிராமத்துல கத சொல்ற வாங்–குய் தாத்தா சொன்ன ஒரு கத எனக்கு ஞாபகம் வந்துது. துரதிர்ஷ்டம் பிடிச்ச சியாங்–ட்ஸு–யா–ங்கறவன் மாவு விக்கப் போனான்; அப்பப்பாத்து பலமான காத்து அடிச்சிது. அவன் குளிர்காயறத்துக்கு எரிக்கிற கரி விக்கப் போனான்; குளிரே இல்லாப் போச்சி. வானத்தைப் பாத்து பெருமூச்சி விட்டான்; மேலப் பறந்த ஒரு பறவையோட எச்சம் சரியா அவன் வாயில விழுந்துது. இருவது வருசம் கழிச்சி, 1999ஆம் வருசத்தோட இலையுதிர் காலத்துல நா பெய்–சிங் ரயில்ல என்னோட பத்திரிகை வேலைக்குப் போய்க்கிட்டு இருக்கும்போது, பேப்பர் விக்கற பையன் கூவிக்கிட்டு இருந்ததக் கேட்டேன்: "பாருங்க, பாருங்க, ரெண்டாவது உலகப் போர்ல சோவியத் ரஷ்யா போட்ட ஒரு பீரங்கி குண்டு, சரியா ஒரு ஜெர்மனி பீரங்கியோட குழாயில விழுந்திருக்கு!" அந்தப் பையனோட கூவல்

எனக்கு உடனே லு–வென்–லீ–யோட டேபிள் டென்னிஸ் பந்து லியு வாத்தியோரோட வாயில விழுந்த நிகழ்ச்சிய ஞாபகப்படுத்திச்சி.

அப்புறம் என்னாச்சின்னா, எல்லாரும் கொஞ்ச நேரம் சிரிச்சாங்க. ஆனா, அது தப்புன்னு பட்டதும் சட்டுன்னு சிரிக்கறத நிப்பாட்டிட்டாங்க. பொதுவா பாத்தா, லியு வாத்தியார் வாயிலருந்து பந்தைத் துப்பிட்டு, தமாசா ரெண்டு வார்த்தை சொல்ல – அவரு ரொம்ப தமாசா பேசுவாரு – சிவந்த முகத்தோட தர்மசங்கடப்படற லு–வென்–லீ மன்னிப்புக் கேட்டு சில வார்த்தை சொல்ல, அதுக்கப்புறம் அவங்க விளையாட்டைத் தொடர்ந்து ஆடியிருக்கணும். ஆனா, அந்த விசயம் போன வகை, பொதுவா நடக்கறதுல இருந்து ரொம்ப வேறுபட்டு இருந்துது. நாங்க பாத்துக்கிட்டு இருக்கும்போதே லியு வாத்தியார், பந்தைத் துப்பாம இருந்தது மட்டுமில்லாம, கழுத்த நீட்டி, கண்ண விரிச்சி அந்தப் பந்தை முழுங்க முயற்சி பண்ணாரு. அவரோட ரெண்டு கையும் ஏறி இறங்கி உதற ஆரம்பிச்சிது. அவரோட தொண்டையிலருந்து “ஒக்–ஒக்”–ன்னு ஒரு மாதிரி சத்தம் வந்துது. விஷப் பூச்சிய முழுங்கின கோழி மாதிரி இருந்தாரு. சுத்தி இருந்தவங்க பொறிகலங்கி ஏதும் செய்யக் கூடாம இருந்தாங்க. எங்க ட்சாங் வாத்தியார் மட்டும் கடகடன்னு ஓடிப்போய், லியு வாத்தியாரோட முதுகுல மொத்த ஆரம்பிச்சாரு. இன்னொரு வாத்தியார் யு, ஓடிப்போய் லியு வாத்தியோரோட தொண்டையில பந்து ஏறங்கிடாம இருக்க தொண்டைப் புடிச்சாரு. உதறிக்கிட்டு இருக்கிற கைகளால லியு வாத்தியார் தள்ளாடிக்கிட்டே ரெண்டு பேரையும் தள்ளிவிட்டுட்டாரு. வலதுசாரியான வாங் வாத்தியார் மருத்துவம் படிச்சவரு. அவருக்கு இந்த மாதிரியான விசயங்கள்ல அனுபவம் இருந்துது. அவரு ஓடிப்போய் ட்சாங் வாத்தியாரையும் யூ வாத்தியாரையும் அதட்டித் தள்ளிப் போகச் சொன்னாரு. மடமடன்னு லியு வாத்தியாரோட பின் பக்கமா நின்னுக்கிட்டு தன்னோட குரங்குக் கை மாதிரி இருந்த நீளமான கைகளால அவரோட இடுப்பச் சுத்திப் புடிச்சிக்கிட்டு விட்டு விட்டு வேகமா அழுத்தி இழுத்தாரு. அந்தப் பந்து லியு வாத்தியாரோட வாயிலருந்து பறந்து வெளிய வந்து டேபிள் மேல விழுந்துது. ரெண்டு மூணு தடவ எழும்பிக் குதிச்சிட்டுத் தரையில விழுந்து, கொஞ்சமும் அசையாம உருளாம நின்னுடிச்சி. வாங் வாத்தியார் லியு வாத்தியாரோட இடுப்பை விட்டாரு. லியு வாத்தியார் ஒரு கூவலோட, மண்ணுல செஞ்ச மாதிரி அப்படியே தரையில விழுந்துட்டாரு. லு–வென்–லீ அவளோட மட்டைய டேபிள் மேல கிடாசிட்டு, முகத்தக் கையில பொதச்சிக்கிட்டு அழுதபடி ஓடிப் போனா. தரையில விழுந்து கிடந்த லியு வாத்தியாரோட உடம்பை வாங் வாத்தியார் கொஞ்ச நேரம் அழுத்திப் பிடிச்சிவிட்டார். அப்புறம், சுத்தி இருந்தவங்க கை கொடுத்துத் தூக்கிவிட, லியு வாத்தியார் எழுந்து நின்னாரு. நின்னவரு நாலு பக்கமும் பாத்துக்கிட்டே கரகரப்பான குரல்ல கேட்டாரு: “எங்க லு–வென்–லீ? எங்க லு–வென்–லீ? அந்தத் துடுக்குக்காரி கொஞ்ச நேரத்துல என் உயிரையே வாங்கிட்டிருப்பா!”

இரண்டு

ஹெ-ட்சிர்-வு-வை வழியனுப்பினதுக்கு அப்புறம் என் மனசு நெல கொள்ளாம இருந்துது. பருத்தி ஆலையில தற்காலிக வேலையாளா இருக்கிறது கிராமத்துல விவசாயம் பாக்கறதவிட மேல்தான். ஆனா, நா குடியானவன்-ங்கற அடையாளம் மாறல. அந்தக் குடியானவன்-ங்கற அடையாளம் மாறாத வரைக்கும் நீ சமுதாயத்துல அடிமட்டத்து ஆள்தான். அந்த நேரத்துல, ஒரு பத்து தற்காலிக வேலைக்காரங்களா இருந்த சின்னப் பசங்கள நிரந்தர வேலைக்காரங்களா மாத்தினாங்க. அவங்க தோல் ஷூ போட்டுப்பாங்க; கைக்கடிகாரம் கட்டிக்குவாங்க; தங்களுக்கு யாரும் நிகரில்லேன்னு மினுக்குவாங்க. அப்போ நா 'மூன்று ராஜ்யங்கள்', 'சிகப்புக் கூடத்துக் கனவு', 'மேற்கு நோக்கிய பயணம்' மாதிரியான செவ்விலக்கிய நாவல்கள ஏற்கனவே படிச்சிருந்தேன். த்தாங் பேரரசுக் காலத்து ஸோங் பேரரசுக் காலத்துக் கவிதைங்க பலதையும் ஓரளவு மனப்பாடம் பண்ணியிருந்தேன். அது மட்டுமில்லாம, எழுத்தையே ஓவியமா வரையறதையும் சுமாராக் கத்துக்கிட்டிருந்தேன். எங்க ஆலையில இருந்த ஒரு பணிஓய்வு அடைஞ்ச கிழவருக்கு, அடிக்கடி ஹாங்-ட்சோவ்-ல ராணுவத்துல இருந்த அவரோட பையனுக்கு கடிதாசி எழுதிக்குடுத்து உதவுவேன். அவருக்கு எழுதிக் குடுக்கும்போது கடிதாசி பாதி, கவித பாதியா கலந்துகட்டி, அலங்கார வசன நடையில எழுதித் தள்ளுனத இப்ப நெனச்சா கூட காதும் கன்னமும் செவந்து போகுது. அந்தக் கிழவரோ எல்லார் மத்தியிலயும் என்னை "இளம் அறிவுஜீவி"-ன்னு பாராட்டிக்கிட்டு இருப்பாரு. நானேகூட என் திறமைக்கு சரியான வாய்ப்பு கெடக்கலன்னு நம்பிக்கிட்டும், இந்தப் பரந்த உலகத்துல என் திறமையக் காட்டுவேன்னு கனவு கண்டுகிட்டும் இருந்தேன்.

பருத்தி ஆலை வேலை நிரந்தரமானது இல்ல தான். மறுபடியும் எங்க கிராமத்துக்கே போறதுங்கறது ஆயிரங் காதம் ஓடற குதிரையக் கொண்டுபோய் மாட்டுத் தொழுவத்துல

கட்டின மாதிரி. அந்தக் காலத்துல கல்லூரில சேர்றதுக்குப் பரிட்சை எல்லாம் கெடயாது. சின்ன நடுத்தர விவசாயிங்க சிபாரிசு தான். கருத்துப்படிப் பாத்தா, எனக்குக் கல்லூரில சேர்ற தகுதி இருந்துது. ஆனா, நிஜத்துல அது நடக்க முடியாததா இருந்துது. வருசா வருசம் கல்லூரிகள்ல இருந்த இடங்கள், கட்சிக்காரங்களோட பசங்களுக்கே பத்தாம போச்சி. என்னை மாதிரி ஆரம்பப் பள்ளிக்கூடத்துல அஞ்சாவது படிச்ச, நடுத்தரக் குடியானவன் குடும்பத்துல பொறந்த, பெரிய தெறந்த வாயும், விசித்தரமான உருவமும் இருக்க ஒருத்தனுக்குக் கெடைக்கும்–ங்கறத்துக்கு கொஞ்சங்கூட வாய்ப்பே கெடயாது.

ரொம்ப யோசிச்சிப் பாத்தேன். கிராமத்துலருந்து தப்பிக்கறதுக்கு, என்னோட தல விதிய மாத்தறத்துக்கு, ராணுவத்துல சேர்றதுதான் ஒரே வழின்னு பட்டுது. ராணுவத்துல இருக்கறது கஷ்டம்தான். ஆனா, கல்லூரில சேர்றதவிட சுலபமாத்தான் இருக்கும். 1973லருந்து வருசா வருசம் விண்ணப்பம் அனுப்பி உடல்திறன் பரிட்சைகெல்லாம் போனேன். வருசா வருசம் என்னைத் தேர்ந்தெடுக்காமத் திருப்பி அனுப்பிட்டாங்க. கடசில, 1976ஆம் வருசம் பிப்ரவரி மாசம், எக்கச்சக்கமானச் சிக்கல்களைத் தாண்டி, சில முக்கியப் புள்ளிங்களோட உதவியால, 'ராணுவப் பணியில் சேர்வதற்கான அறிவிப்புக் கடிதம்' எனக்குக் கெடச்சிது. ஒரு பெரும்பனி கொட்டற, பேய்க்காத்து வீசற, அதிகாலைல கிளம்பி, இருவத்தி அஞ்சு கிலோமீட்டர் நடந்து எங்க மாவட்டத் தலைநகருக்கு வந்தேன். சட்டுன்னு ராணுவ உடையப் போட்டுக்கிட்டு, ராணுவ வண்டில தாவி, ஹுவாங் மாவட்டத்துக்கு வந்து, பிரபலமான "திங் குடும்ப முற்றம்" அப்படீங்கற பாளையத்துல நுழைஞ்சி புது ராணுவக்காரங்களுக்கான பயிற்சியில சேந்தேன். 1999ஆம் வருசத்து இலையுதிர் காலத்தில தான் நா மறுபடியும் இந்தப் பழைய இடங்களுக்கு வந்தேன். அப்போ, ஹுவாங் மாவட்டத்தோட பேரு லொங்–க்கோவ்–ன்னு மாறி இருந்துது. "திங் குடும்ப முற்றம்"ங்கற பாளையம் ஒரு அருங்காட்சியகமா மாறி இருந்துது. என்னோட அனுபவ எல்லை விரிஞ்சிடிச்சின்னு காமிக்கிறமாதிரி, முன்னாடி பண்ணையார் பங்களாவா தெரிஞ்ச அந்தக் கட்டடம் இப்போ சின்னதா, இடுக்குமுடுக்கான வீடா தெரிஞ்சுது.

புது ராணுவக்காரங்களுக்கான பயிற்சி முடிஞ்சதும் நானும் இன்னும் மூணு பேரும் பாதுகாப்பு அமைச்சகத்தோட "புலனாய்வுத் துறை"–ன்னு சொல்ற ஒரு பிரிவுல போய்ச் சேந்தோம். எங்க பக்கத்தைச் சேந்த பலபேர் ஒரு நல்ல இடத்துல எனக்கு வேல அமைஞ்சதுன்னு பொச்சரிப்புப் பட்டாங்க. ஆனா, அங்கப் போய்ச் சேந்ததுமே பெரிய ஏமாத்தமாப் போச்சி. அந்தப் பிரிவு வெறும் தொலைத்தொடர்பு அலைவரிசைங்களைக் கண்காணிக்கிற எடம். அதுவும், சீக்கிரம் மூடிடப் போற ஒரு பிரிவு. அதிகார முறைப்படி, எங்களோட மேல் அலுவலகம் தூரத்துல பெய்–சிங்–ல இருந்துது. ஆனா, நடைமுறைப்படி ஹுவாங் மாவட்டத்துல இருந்த ப்பங்–லாய் காப்புப் படையோட 34ஆம் அணிக்கு எங்கள நிர்வகிக்கிற பொறுப்ப குடுத்திருந்தாங்க. நிர்வாகம்! நிர்வகிக்காம – இல்ல, நிர்வகிக்க முடியாம – இருந்தாங்க; நிர்வகிக்க வழியில்லாம இருந்தாங்க; நிர்வகிக்கத் தைரியம் இல்லாம இருந்தாங்க. எங்க பிரிவுக்குக் குடுத்திருந்த எண் "263."

இந்தப் பக்கத்துல ஒரு பேச்சு உண்டு: "263–ன்னு சொன்ன உடனேயே 34ஆம் அணித்தலைவருக்கு ரத்தக் கொதிப்பு வந்திடும். அணிப் பொறுப்பாளர் கண்ணை உருட்டுவாரு." இதக் கேட்டதுமே எனக்கு என்ன மாதிரியான மட்டமான பிரிவுல வந்து சேந்திருக்கேன்னு புரிஞ்சு போச்சி. எனக்குக் குடுத்த வேலைன்னு பாத்தா, ஒன்னு காவலுக்கு நிக்கணும், இல்லன்னா நெலத்துல வேலை செய்யணும்.

என் மனசுக்கு சந்தோசம் தந்த ஒரே விசயம்னா, எங்க பிரிவோட ட்ரக்கு வண்டிதான். அப்படியே லு–வென்–லீ–யோட அப்பா ட்ரக்கேதான். அதே மாடல், அதே நெறம், அதே வயசு. ட்ரக்கு ஓட்டின ராணுவத்தாரு ஒரு நாப்பது வயசான, குள்ளமான, தல நரைச்ச, பாதிக்குப் பாதி பொய்ப்பல்லு கட்டின ஆளு. பேரு ட்சாங். நாங்கெல்லாம் அவர ட்சாங் மாஸ்டர்–ன்னு கூப்புடுவோம். ட்சாங் மாஸ்டர் ஒரு தடவ விவாகரத்து பண்ணினவரு. அவரோட ரெண்டாவது சம்சாரம் அவங்க பொண்ணோட சீ–நான் நகரத்துல இருந்து வேலைக்குப் போய்க்கிட்டு வாழ்ந்தாங்க. இவரு மொதல் சம்சாரத்தோட பையனோட இங்க பாளையத்துல இருந்தாரு. இந்தக் கிழவரும் அவரு பையனும் கூடைப்பந்து பைத்தியங்க. எப்பப் பாத்தாலும் கூடைப்பந்து மைதானத்துல பந்தக் கூடையில போட்டு விளையாடிக்கிட்டு இருப்பாங்க. யாரு தோத்துப் போயிட்டாங்களோ அவங்க, பந்தைத் தரையில வைச்சித் தலையாலே மைதானத்து நடுவுலருந்து கூடைக் கீழே வரைக்கும் தள்ளிக்கிட்டு வரணும். நா வந்த புதுசுல ட்சாங் மாஸ்டர்தான் அவரு புள்ளையப் பந்து தள்ள வெப்பாரு. ஒரு வருசம் கழிஞ்சப்புறம் பொதுவா அந்தப் பையன்தான் அவங்க அப்பாவ பந்து தள்ள வெச்சிக்கிட்டு இருந்தான். அந்தப் பையன் பேரு டச்சின்–பிங். படைவீரன் மகன்–ன்னு அர்த்தம். கொஞ்சம் விநோதமான பேரு தான். அவன் கைல ஒரு கம்ப வெச்சிக்கிட்டு அவங்க அப்பா பந்தத் தள்ளும்போது தூக்கியிருக்கிற அவரு புட்டத்துல விடாமத் தட்டிக்கிட்டே இருப்பான். ஒவ்வொரு அடிக்கும் "சீக்கிரம்! சீக்கிரம்!"ன்னு கத்துவான். எங்க பக்கத்துல சொல்றமாதிரி, "மொச்சைக்கொட்ட மொளை மாதிரி இருந்துக்கிட்டு நீட்டுவால் புழு மாதிரி நடிக்காதே!"ன்னு திட்டுவான்.

அப்ப எனக்குப் பெரிய எதிர்காலக் கனவெல்லாம் இல்ல. ஏன்னா, அது பத்தோ பதினஞ்சு பேரோ இருக்கிற ஒரு பிரிவு. அங்க பெரிசா வளர்றத்துக்கு வாய்ப்பெல்லாம் இல்ல. அங்கருந்த பெரியவங்க கிட்டருந்து ஒரு விசயம் கேள்விப்பட்டேன். ட்சாங் மாஸ்டர், புதுசா வந்த ராணுவக்காரங்கள்ள ஒருத்தருக்கு ட்ரக்கு ஓட்டக் கத்துக்குடுக்கப் போறாருன்னு சொன்னாங்க. நா உடனே அந்த அதிர்ஷ்டம் அப்படியே என் தலையில வந்து விழப்போவுதுன்னு கனவு காண ஆரம்பிச்சிட்டேன். நா கிராமத்துல இருந்த சமயத்துல, லு–வென்–லீ–யோட அப்பா அந்த காஸ்–51 ட்ரக்கைப் புழுதி பறக்க ஓட்டிக்கிட்டுப் போறதை வெறுமனே கண் விரிய விரியப் பாத்துக்கிட்டுத்தான் இருக்க முடியும். ஒரே ஒரு தடவ அந்த ட்ரக்குக்குக் கிட்ட போயிருக்கேன் – அது ஏறத்தாழ என் உயிரையே காவு கேட்டிடுச்சி. லு–வென்–லீ–யோட அப்பா கூட்டுறவுக் கடைக்கெதிரே இருந்தத் தெருவுல ட்ரக்க நிறுத்திட்டு சிகரெட் வாங்க உள்ளப் போனாரு. இதுதான் சமயம்னு நா ட்ரக்கு பின்னாடி இருந்தக்

கம்பியப் புடிச்சிக்கிட்டு பம்பர்ல ஏறி நின்னேன். லு–வென்–லீ–யோட அப்பா சிகரெட் வாங்கிக்கிட்டுத் திரும்பி வந்து ட்ரக்க சடக்குன்னு கௌப்பினாரு. புழுதி எழும்பி மூக்கெல்லாம் அடைச்சி மூச்சே விடமுடியல. நா புடிச்சிக்கிட்டு இருந்த கம்பிலருந்து கைய எடுத்தேன். உடனே களிமண்ணு மாதிரி தரையில குப்புற விழுந்தேன். எழுந்துக்க ரொம்ப நேரமாச்சி. மூக்கு மொகமெல்லாம் தேஞ்சுப் போச்சி. வாயெல்லாம் ரத்தம். நிதானத்துக்கு வர நேரமாச்சி. கூடவே, ஏன் இப்பிடி ஆச்சின்னு புரியாம இருந்துது. பின்னாடி தான் நா நிலைமாற்ற விசை பத்தித் தெரிஞ்சுக்கிட்டேன். இப்ப, வாராவாரம் பத்து கிலோமீட்டர் காஸ்–51 ட்ரக்குல போய் வெளிய இருக்கிற பண்ணையில வேல செய்யறேன்.

எண்ணிப் பாத்தா எங்க பிரிவுல மொத்தமே பதினாறு பேர்தான். எங்களுக்குத் தந்திருக்கிற நெலமோ ஆறரை ஏக்கருக்கும் மேல. பதினாறு பேர்ல பத்துப் பேர் அதிகாரிங்க. அவங்க கரகரன்னு விட்டுவிட்டுக் கேக்கற அந்த ரேடியோ கருவிய மாத்தி மாத்தி கவனிச்சிக்குவாங்க. அதுத் தவிர நாங்க ஆறு பேர். எங்க ஆறு பேர்ல ரெண்டு பேர் த்தியன்–சின் நகரத்துலருந்து வந்தவங்க. அவங்க வாய்ப் பந்தல் போடறதுல கில்லாடிங்க. ஆனா வேல செய்யறதுன்னு வந்துட்டா அப்பிடியே சொணங்குவாங்க. அதனால், நிஜத்துல வேல செய்யறவங்கன்னு பாத்தா நாங்க நாலு பேர்தான்.

ட்சாங் மாஸ்டர் எங்கள அந்தக் கடலோரம் போற சரளைக்கல் பாதைவழியா பண்ணைக்குக் கூட்டிக்கிட்டுப் போவாரு. அவரு கூட முன்னாடி அவரோட பையனோ, இல்ல ஒரு அதிகாரியோ உக்காந்துக்குவாங்க. நாங்க பின்னாடி சரக்கு ஏத்தற எடத்துல நின்னுக்கிட்டு ட்ரக்கு பக்கத்தைக் கெட்டியா பிடிச்சிக்கிட்டு, தொப்பியக் கழட்டிப் பாண்டு பாக்கட்டுல சொருகி வெச்சிட்டு, முகத்துல காத்து மோதி எங்க முடியெல்லாம் அலஅலயா பறக்க ஒரு கவலையும் இல்லாம சந்தோசமா போவோம். ஒரு காலத்துல இந்த காஸ்–51 ட்ரக்கு எவ்ளோ வேகமாப் போவும்னு பாக்கப்போயி செத்தே போயிருப்பேன்னு நெனக்கறப்போ இப்ப ராணுவத்துலயே சேந்துட்டேங்கறது என் மனசுக்கு முக்கியமா பட்டுது. ட்சாங் மாஸ்டர் கொள்ளைக்காரன் மாதிரி பயங்கர வேகத்துல ட்ரக்க ஓட்டுவாரு. அந்தக் காலத்துல மோட்டார் வண்டியெல்லாம் ரொம்பக் குறைவு. அப்ப சீனா முழுசுக்கும் ஒரு கிலோமீட்டர் வேகப்பாதைகூடக் கெடயாது. இந்தக் கடலோர சரளைக்கல் போட்டு இருக்கற சாலைங்களை நல்ல சாலைன்னு சொல்லுவாங்க. ஜப்பான்காரங்க சீனாவுக்குள்ள படையெடுத்து வந்தப்ப போட்ட சாலை. அகலமும் சும்மா ரெண்டு வண்டி போற அளவுக்குத்தான் இருக்கும். சாலைப்பக்கம் சைக்கிள்ல போற ஆட்களும் இருப்பாங்க. எங்க ட்ரக்கு எழுப்பற புழுதில மறைஞ்சிப் போயிடுவாங்க. நெறைய தடவ, எங்க பின்னாடி அந்த சைக்கிள்காரங்க மானாவாரியா திட்டறது கேக்கும்.

இங்க இருக்கற ஜனங்க எங்க ஊர் ஜனங்களவிட தைரியமானவங்க. லு–வென்–லீ–யோட அப்பா எங்க ஊர்ல எத்தனையோ கோழி நாய்ங்க மேல ட்ரக்க ஏத்தியிருக்காரு. ஒருத்தர்கூட அவரைக் கேட்டதில்ல. ஆனா, ட்சாங் மாஸ்டரோட ட்ரக்கு ஒரு வயசான கோழிமேல எறிடிச்சின்னு அந்தக் கோழிக்குச் சொந்தக்காரம்மாவான ஒரு பாட்டி, செத்த கோழிய

ஒரு கையில புடிச்சிக்கிட்டு, இன்னொரு கையில மூங்கில் கொம்பு ஊனிக்கிட்டு எங்க பாளயத்துக்கே வந்துடுச்சி. எங்க தலைமை அதிகாரி அறை வாசல்ல நின்னுக்கிட்டு, அத்தோட மூங்கில் கொம்பால அவரு கதவுல அடிச்சிக்கிட்டு கன்னாபின்னான்னு திட்டித் தீத்திடுச்சி. இந்தக் கிழவிய அடிப்படையா வெச்சித்தான் "கண்ணிவெடிப் போர்" படத்துல வர்ற வீர ராணுவப் பெண்மணி பாத்திரத்த அமைச்சாங்கன்னு பின்னாடி தெரிஞ்சுக்கிட்டேன். அந்தப் பாட்டியோட ரெண்டு மகன்களுமே ராணுவத்துல பெரிய அதிகாரிங்களா இருந்தாங்க.

அந்தப் பாட்டி படபடன்னு பொங்கிக் கேட்டுது: "நீங்க எப்பிடி 'எட்டாவது பாதைப் படை' ஆவீங்க? ஜப்பானியப் பிசாசுங்க ஊருக்குள்ள படையெடுத்து வந்தப்பக்கூட இப்படி ஒரு கொடூரத்தைப் பாக்கல!" எங்க பிரிவு அதிகாரிங்க உடனே இடுப்பு வளைஞ்சி தல குனிஞ்சி அந்தப் பாட்டிக்குப் பத்து யுவான் தர ஒத்துக்கிட்டாங்க. அந்தப் பாட்டியோ, "பத்து யுவான் தானா? இந்தக் கோழி ஒவ்வொரு நாளும் ஒரு ரெட்டக்கரு முட்ட போடும். ஒரு வருசத்துக்கு 365 ரெட்டக் கரு முட்டைங்க. அஞ்சி முட்ட சேந்தா கால் கிலோ எடை. கால் கிலோ முட்ட வெல அஞ்சி யுவான் எட்டு ஃபென். நீ எனக்கு எந்தக் கணக்குப்படி எவ்ளோ பணம் தர்ற?"ன்னு கத்திச்சி. எங்க அதிகாரிங்க நல்ல விதமா கெட்ட விதமா பேசி, கடைசில இருவது யுவான் குடுத்து அந்தப் பாட்டிய அனுப்பி வெச்சாங்க.

ஆனா அந்தப் பாட்டி எங்க பாளையத்துக்கு வெளிய போன சுருக்குல திரும்பி வரும்னு நெனக்கல. ட்ரக்கு ஓட்டின டிரைவரைக் கூட்டியாந்து காட்டினாத்தான் ஆச்சின்னு ஒரே பிடியாப் பிடிச்சிது. பொக்க வாய வெச்சிக்கிட்டு, "நானுந்தான் பாக்கறேன், அவன் எந்த மாரி ஆளுன்னு. ஒரு ஓட்ட ட்ரக்க வெச்சிக்கிட்டு ஏதோ வேட்டைக்காரன் குண்டுக்குத் தப்புற முயல் மாரி வண்டிய ஓட்டறவன் யாருன்னுதான் பாக்கறேன்"ன்னு சொல்லிக்கிட்டு நின்னுது. எங்க அதிகாரிங்களுக்கு வேற வழி தெரியல. என்னை அனுப்பி ட்சாங் மாஸ்டரைக் கூட்டிக்கிட்டு வரச் சொன்னாங்க. ட்சாங் மாஸ்டர் வந்ததும் அந்தப் பாட்டியப் பாத்து "ப்பா"ன்னு ஒரு அட்டென்ஷன் அடிச்சிக் கறாரா ஒரு சல்யூட்டும் வெச்சாரு. அப்புறம் சொன்னாரு: "புரட்சித் தாயாரே, சின்னவன் நா தப்புப் பண்ணிட்டேன்!" அந்தப் பாட்டி சொல்லுச்சி: "ஒத்துக்கிட்ட வரைக்கும் நல்லது தான்! இனிமேற்பட்டு, கிராமத்துக்குள்ள நொழஞ்சப்புறம் வண்டிய ஏழெட்டுக் கிலோமீட்டர் வேகத்துக்குக் கொறைக்கணும். இல்ல, நா பாதையில கண்ணிவெடி புதைச்சிவெச்சிப் பொரிச்சிப் போட்டுடுவேன், தேவடியா மவனே!" பின்னாடி சொல்லிக் கேள்விப்பட்டேன், புத்திசாலியான ட்சாங் மாஸ்டர் கொஞ்சம் பலகாரமெல்லாம் வாங்கிக்கிட்டுப் போய் அந்தப் பாட்டிய பாத்துட்டு வந்தாராம். அவங்க தாய் மாதிரி இருந்து அவர மகனா ஏத்துக்கணும்னும் சொன்னாராம்.

1979ஆம் வருசம், நா ஹெ–பெய் மாநிலத்தில இருக்கிற பாவ்–திங் நகரத்துக்கு மாத்தலாகிப் போறதுக்கு ரெண்டு மாசம் முன்னாடி, ட்சாங் மாஸ்டரும் தடவாளங்கள் உதவியாளரா சீ–நான் நகரத்துக்கு மாத்தலாயிப் போனாரு. ரொம்ப நாள் பிரிஞ்சியிருந்த பொண்டாட்டி பொண்ணோட

மறுபடியும் சேந்தாரு. அவரோட பையன் டச்சின்–பிங், பதினஞ்சு வயசே ஆயிருந்தாலும் ராணுவத்துல சேந்துட்டான். ராணுவத்தோட கலைக்குழுவில சேந்து, பிரபல நடிகர் காவ்–யுவான்–சுன் கிட்ட ஷான்–தொங் மாநிலத்துக் கதைப்பாட்டைக் கத்துக்கிட்டான். அந்தக் கோழிச்சண்டை பாட்டியோட பையன் ராணுவத்துல முக்கியமான அதிகாரியா இருந்தாருன்னும் ட்சாங் மாஸ்டருக்குப் பதவி உயர்வு கெடச்சதுக்கு அந்தப் பாட்டியோட ஆதரவும் இருந்துதுன்னும் சொல்லிக்கிட்டாங்க.

ஒரு பட்டாளத்துக்காரரா ட்சாங் மாஸ்டர் கிட்ட நெறைய பிரச்சனைங்க இருந்துது. உதாரணமா, அவரு எப்பவுமே தொப்பியக் கோணயாத்தான் போட்டிருப்பாரு. சட்டை பட்டன் போடாம தெறந்திருக்கும். நடக்கறதும் ஒருவிதத் தெனாவட்டோட சினிமாவுல பாக்கற கொள்ளக்கூட்டக் கும்பல்ல ஒருத்தர் மாதிரி இருக்கும். உதாரணமா அவரு குடிச்சாருன்னு வைங்க, சும்மா ரெண்டு பெக்கு உள்ளப் போனாலே நிதானம் தவறிடும். போதை தலைக்கு ஏறிடிச்சின்னா அவரு வாய் அந்த ‘அக்கா மனசுல அத்தானின் நெனப்பு’ பாட்ட முணுமுணுத்துக்கிட்டே இருக்கும். உதாரணமா, அவரு எப்பவுமே வெளியருந்து வந்திருக்கிற வயசுப் பொண்ணுங்ககூட சில்மிசம் பண்ணிக்கிட்டு இருப்பாரு. அவரு ட்ரக்க எடுத்துகிட்டுப் பக்கத்து நகரத்துக்குப் போகறப்ப ஊர்ப் பொம்பளைங்கள ட்ரக்குல ஏத்திப்பாரு. ஊர்ல விடியாமூஞ்சின்னு சொல்ற ஒரு பொம்பளைகிட்ட இவரோட உறவு ரொம்ப நெருக்கமாவே இருந்துது. விடியாமூஞ்சியோட அப்பா கிட்டருந்த பன்னி எட்டுக் குட்டி போட்டப்ப, அவங்கப்பா அதைப் பக்கத்து ஊர்ச் சந்தையில விக்க நெனச்சாரு. ட்சாங் மாஸ்டர் அந்தப் பெரிய பன்னியையும் பன்னிக்குட்டிங்களையும் ட்ரக்குல ஏத்திக்கிட்டுப் போய் ஜாக்ரதையா சந்தையில எறக்கி விட்டுட்டு வந்தாரு.

ட்சாங் மாஸ்டர் கிட்ட இப்படிச் சில குறைங்க இருந்தாலும் ஒரு டிரைவரா அவரு ட்ரக்குமேல அவருக்கு ரொம்பப் பிரியம். ஒவ்வொரு சனிக்கிழம பூராவும் அவருக்கு அந்த ட்ரக்கத் தொடச்சிப் பராமரிக்கறது தான் வேலை. அவருக்கு அந்த ட்ரக்கு பத்தி எல்லாம் அத்துப்படி. ட்ரக்குலருந்து ஒரு சத்தம் வந்தா போதும், ஒடனே எங்கே பிரச்சனைன்னு அவருக்குத் தெரிஞ்சிடும். ட்சாங் மாஸ்டர் மட்டும் இப்படிப் பாதுகாத்து வெக்கலன்னா, கொரியப்போர்ல குண்டு மழை வாங்கின இந்த காஸ்–51 ட்ரக்கு, இந்நேரம் காயலான் கடைக்கிப் போயிருக்கும். ட்சாங் மாஸ்டர் எங்கிட்ட நல்லா நடந்துக்குவாரு . ட்ரக்கு எடுக்கிற நாளுன்னா ட்ரக்கு கழுவவோ தொடைக்கவோ உதவி பண்றதுக்கு என்னைத்தான் கூப்புடுவாரு. என்கூட வந்த புது ஆளுங்கெல்லாம் ட்சாங் மாஸ்டர் அவருக்கப்புறம் அவரு வேலையச் செய்ய எனக்குப் பயிற்சி குடுக்கராருன்னு பேசிக்கிட்டாங்க. நானும் அப்பிடித்தான் நெனச்சிக்கிட்டேன். அவரு கிட்டருந்து வண்டி இன்ஜின் பத்திப் பல விசயம் கத்துக்கிட்டேன். வண்டி எப்பிடி வேகமா ஓடுதுன்னும் புரிஞ்சிக்கிட்டேன்.

ட்சாங் மாஸ்டர்கிட்ட சியாவ் ஆத்துப் பண்ணையில லு–வென்–லீ–யோட அப்பா ஓட்டற காஸ்–51 ட்ரக்கு பத்திச் சொல்லியிருக்கேன். ட்சாங் மாஸ்டர் ஆச்சரியப்பட்டு, “இந்த நாட்டுலேயே இந்தப் பழைய மாடல்ல அதுவும் சண்டைக்குப் போயிட்டு வந்த வண்டி ஒன்னே

ஒன்னுதான் இருக்குன்னு நெனச்சிக்கிட்டு இருந்தேன்"ன்னு சொன்னாரு. அத்தோட நிறுத்தாம, "ஏதாவது ஒரு வாய்ப்பு கெடச்சிதுன்னா இந்த ட்ரக்க அங்க ஓட்டிக்கிட்டுப் போய், இந்த ரெண்டு காஸ்–51 ட்ரக்குங்களையும் சந்திக்க வெக்கணும்"ன்னாரு. அவரு பழைய மரங்கள்ளருந்து எப்பிடி தேவதை ஆவிங்க உருவாகுமோ அந்த மாதிரி ட்ரக்குங்களுக்கும் ஆத்மா இருக்குன்னுவாரு. துப்பாக்கிக் காட்டுல புகுந்து குண்டு மழையில நனைஞ்சி போர்த் தியாகிங்க ரத்தம் படிஞ்ச ட்ரக்குங்களும் தேவதை ஆவிங்கள உருவாக்கும்னு சொல்லுவாரு. இந்த ரெண்டு ஆவி இருக்கிற ட்ரக்குங்களும் பாத்துக்கிட்டா அது என்ன மாதிரி சந்திப்பா இருக்கும்? இந்த ட்ரக்குக்கு அவரு ஒம்போதாவது டிரைவர்ன்னு அவரு சொல்லுவாரு. மொதல் டிரைவர் இந்த ஸ்டீரிங் வீல் மேலயே உயிரை விட்டவரு. எதிரியோட துப்பாக்கிக் குண்டோ, குண்டோட ரவையோ பட்டு ட்ரக்கோட முன்பக்கக் கண்ணாடி சிதறிப் போயிருக்கு. டிரைவருக்கும் உயிர்க்காயம் பட்டிருந்தாலும் அதையும் மீறி ட்ரக்க சண்ட நடக்கற இடத்துலருந்து வெளிய ஓட்டிக்கிட்டு வந்திட்டாரு. இந்தத் தலைமுறையில இருக்கறவங்க வெளியாளுங்கக்கிட்ட தங்களோட குடும்பத்துப் பாட்டன் பூட்டன் பேரையெல்லாம் சொல்றா மாதிரி ட்சாங் மாஸ்டர் அவருக்கு முன்னாடி இருந்த எட்டு டிரைவருங்க பேரு ஊரெல்லாம் சொல்லுவாரு. இந்த ரெண்டு ட்ரக்கும் சோவியத் ரஷ்யாவுல கோர்க்கி தொழிற்சாலையில 1951ஆம் வருசம் செஞ்ச ட்ரக்குங்க. வயசுல என்னைவிட நாலு வருசம் மூத்த ட்ரக்குங்க.

ட்சாங் மாஸ்டர் வாயால இந்த வண்டியோட அருமபெருமைங்களைக் கேட்டப்பறம், அந்த ட்ரக்குமேல எனக்கு மதிப்பு மரியாதை கூடிப் போச்சி. இந்த ட்ரக்குலருந்து அப்படியே லு–வென்–லீ–யோட அப்பா ட்ரக்கு ஞாபகம் வந்திடும். இந்த ரெண்டு ட்ரக்கையும் ரொம்ப காலமா தனித்தனியா பிரிஞ்சிப் போயிட்ட ரெட்டப் பிறப்பா பிறந்த சகோதரிகள் மாதிரி மனசுக்குப் படும். ஏன் ரெட்டப் பிறப்பா பிறந்த சகோதரருங்களா, இல்ல, ஒரு பொண்ணும் பையனுமா இருக்கக்கூடாது? எனக்கும் தெரியாது. மொதல்லையே இப்படித்தான் மனசுல பட்டுது. பின்னாடி அத மாத்த முடியாம அப்படியே மனசுல படிஞ்சிடுச்சி. சீ–நான் ராணுவ வட்டத்துல எனக்கு வேல கெடச்சதும் அதுலயும் ப்பங்–லாய் பாளையத்துல, அதுலயும் குறிப்பா இந்த காஸ்–51 ட்ரக்கு இருக்குற இந்தச் சின்னப் பிரிவுக்கு என்னை அனுப்பினதும் சாதாரண தற்செயலான விசயமா? எனக்கு சரியா இந்த எடத்துல வேல கெடைக்கணும்ங்கற வாய்ப்பு, லு–வென்–லீ அடிச்ச பந்து சரியா லியு வாத்தியார் வாயில போய்ப் பூந்த வாய்ப்பவிட அதிகம். ஆனா ரொம்ப அதிகம்னு சொல்ல முடியாது. இந்த ட்ரக்கோட அருமபெருமைங்களை ட்சாங் மாஸ்டர் சொல்லக் கேட்டப்புறம் எனக்குப் புரிஞ்சிடுச்சி. ஊழ்வினைப்படிதான் நா இந்தச் சின்னப் பிரிவுல சரியா வேலைக்கு வந்து சேந்திருக்கேன். எனக்கு இடப்பட்டிருக்கிற கட்டளைப் பணியே இந்தக் காலத்தால பிரிஞ்சுபோன ரெட்டப்பிறவி அக்காதங்கை ட்ரக்குங்களையும் ஒண்ணா சேத்து வைக்கறதுதான்.

1978 ஜனவரி மாசம் புதுசா வந்திருந்த எங்க பட்டாளத்துத் தலைமை அதிகாரி நாப்பது கூடை ஆப்பிளையும் நூறு கட்டுப் பச்ச வெங்காயத் தாளையும் எங்க மேலிடத்துக்குக் குடுத்துட்டு வரச்சொல்லி ட்சாங்

மாஸ்டரை அனுப்பினாரு. எங்களோட மேலிடம் பெய்–சிங் பக்கத்துல மலைங்களுக்கு நடுவுல இருந்துது. எப்பிடிப் பாத்தாலும் எங்க எடத்துலருந்து ஆயிரத்து இருநூறு கிலோமீட்டருக்கு மேல இருக்கும். வழித் தொணைக்கு வேணும்னு ட்சாங் மாஸ்டர் என்னை உதவியாளா தேர்ந்தெடுத்தாரு. இது ஆகாசம் முட்ட சந்தோசமான வேலை.

நாங்க நடுராத்திரி கௌம்பினோம். அடுத்த நாள் சாயுங்காலத்துக்குள்ள போய்ச் சேந்திடணும்னு திட்டம். ஆனா, வெய்–ஃபாங்–ங்கற ஊரத் தாண்டினதுமே ட்ரக்கு பிரச்சனை பண்ண ஆரம்பிச்சிது. மெள்ளமாப் போனா ஒன்னும் இல்ல. ஆனா, முப்பதுக்கு மேல வேகம் எடுத்தா, பின்னாடிக் கொழாயில இருந்து துப்பாக்கில சுடற மாதிரி சத்தமும் பொகையும் வந்துது. ட்சாங் மாஸ்டர் மொதல்ல பெட்ரோல் பைப்புலதான் ஏதோ பிரச்சனைன்னு நெனச்சாரு. ஆனா டார்ச் விளக்கெ எடுத்துக்கிட்டு வண்டி கீழப் போய்ப் பாத்தும்கூட அதுல எந்தப் பிரச்சனையும் தெரியல. ட்ரக்கக் கௌப்பினா மறுபடியும் அதே பிரச்சனை. அது விடியறதுக்கு முன்னாடி இருக்கிற கும்மிருட்டு நேரம். உறஞ்சிப்போற மாதிரி குளிரு. எங்கப்பாத்தாலும் உறைபனி கொட்டிக்கெடக்குது. ட்சாங் மாஸ்டர் ஒரு கிழிஞ்ச பருத்தித்துணி மேல்சட்டைய தரையில விரிச்சி வண்டிக்குக் கீழப் படுத்து மறுபடி மறுபடி என்னா பிரச்சனைன்னு பாக்கறாரு. ஒரு பிரச்சனையும் கண்ணுக்குப் படல. மறுபடியும் வண்டிக்குள்ள உக்காந்து நொந்துபோய் சிகரெட் புடிச்சிக்கிட்டு இருந்தோம். ட்சாங் மாஸ்டர் மெதுவா முணுமுணுத்துக்கிட்டு இருந்தாரு. “வினோதம்டா! ங்கொம்மாள, வினோதந்தான். ஏய் வண்டி! பழங் கூட்டாளி! உனக்கு இன்னைக்கு என்னாச்சி? இந்தக் கெழவன் ட்சாங் பத்து வருசமா உன்ன ஒட்டிக்கிட்டு இருக்கேன். மொதல்லருந்தே உன்ன ஒரு எடத்துலகூட அசிங்கப்படுத்தினது கெடயாது ...”

ட்சாங் மாஸ்டர் இப்பிடி ட்ரக்குகூட பேசறதக் கேட்டு எனக்கும் என்னாகும் ஏதாகும்ன்னு தெரியாம ஒதற ஆரம்பிச்சிது. மொதல்ல எனக்கு சியாவ் ஆத்துப் பண்ணையில லு–வென்–லீ–யோட அப்பா ஓட்டற அந்த ட்ரக்குதான் ஞாபகத்துக்கு வந்துது. இங்கருந்து சியாவ் ஆத்துக்கு நூறு கிலோமீட்டர்தான் இருக்கும். வண்டியில போகப் போறோம்னா ரொம்ப தூரம்னு சொல்ல முடியாது. அதுங்க ரெண்டும் பாக்கத் துடிக்குதுங்களோ என்னவோ?

ட்சாங் மாஸ்டர் யோசிச்சிக்கிட்டே பேசிக்கிட்டு இருந்தாரு. “பழங் கூட்டாளி, குடுத்த வேலைய முடிக்க ஒத்துழைக்கணும். ஆப்பிளையும் பச்ச வெங்காயத்தையும் பெய்–சிங் கொண்டுபோய்ச் சேக்கணும். நாம திரும்பி வர்றப்போ நிச்சயமா அப்பிடியே ஒரு திருப்புத் திரும்பி சியாவ் ஆத்துப் பண்ணைக்குப் போயி உன்னோட சகோதரியப் பாத்துடுவோம் . . .” இது அப்பிடியே ட்சாங் மாஸ்டர் என் மனசுல நா நெனச்சத சொன்ன மாதிரி இருந்துது.

விடிஞ்சி சூரியன் வர வர, பாதைக்கு ரெண்டு பக்கமும் வெள்ளை வெளேர்ன்னு நெலம் தெரிஞ்சிது. பனி பெய்ஞ்சதால இருக்கலாம். இல்லன்னா உப்பு நெலமா இருக்கும். நாங்க மெள்ளமெள்ள வந்து ஷோவ்–குவாங் ஊரு வரைக்கும் வந்திட்டோம். சாப்பிடறத்துக்கு ஏதாவது எடம்

தேடினோம். அந்தக் காலத்துல ஷோவ்–குவாங் ஊரு ஆளரவம் இல்லாம வெறிச்சோடிக் கெடந்துது. மொத்த ஊருக்கும் நடுவுல ஒரே ஒரு பெரிய பாதை. ரெண்டு பக்கத்திலயும் சேத்து ஒரே ஒரு சாப்பாட்டுக் கடைதான் இருந்துது. அத்தோட கண்ணாடிக் கதவுல எட்டு மணிக்குத் தெறக்கும்னு போட்டிருந்துது. ஆனா ஒம்போது மணிக்குத்தான் தெறந்தாங்க. சாப்பிடவும் ஒன்னும் பெரிசா இல்ல. மொதல்நாள் செஞ்சு மீந்துப் போன வேகவெச்ச பன்னுதான் இருந்துது. நாங்க ராணுவ உடையில இருக்கிறதப் பாத்துட்டு, அந்த ஓட்டல் சர்வர் ரொம்ப மரியாதையா நடந்துக்கிட்டாரு. எங்களுக்காக அந்த பன்னை சூடு பண்ணித் தரேன்னு ஒத்துக்கிட்டாரு. கூடவே குடிக்கச் சுடு தண்ணியும் ஒரு தட்டுல உப்புக் கண்டம் போட்டக் காய்கறியும் தந்தாரு. அந்தக் காலத்துல ஒரு வேகவெச்ச பன் வாங்கறத்துக்கு அம்பது கிராம் சாப்பாட்டுக் கூப்பன் ரெண்டு தந்தா போதும். ஆனா எங்கிட்ட இருந்துது நாடு முழுக்க எங்க வேணும்னாலும் செல்லுபடியாகக்கூடிய பெரிய மதிப்பு இருக்கிற கூப்பன்கத்தான். அந்த சர்வர் உள்ள போய் கடை முதலாளிகிட்ட கேட்டுட்டு வந்து ஒவ்வொரு கால் கிலோக்கும் முப்பது ஃபென் தந்தா போதும்னு சொன்னாரு.

நா 2003ஆம் வருசம் என்னை கூப்பிட்டு இருந்தாங்கன்னு ஷோவ்–குவாங் நகரத்தோட காய்கறிக் கண்காட்சிக்குப் போயிருந்தேன். இந்த எடம் உயர உயரமான கட்டடங்களோட, அகலமான சாலைங்களோட புத்தம்புதுப் பெரிய நகரமா மாறியிருந்துது. அப்போ அந்த ஆளரவம் இல்லாம வெறிச்சோடிக் கெடந்த எடத்துல ஒன்னுப் பக்கத்துல ஒன்னா நெறைய பெரிய பெரிய பிளாஸ்டிக் கூடாரங்கள போட்டிருந்தாங்க. அந்த பிளாஸ்டிக் கூடாரங்க சீன மக்களோட உணவுப் பழக்கவழக்கத்தையே மாத்திடுச்சிங்க. எந்தத் தாவரம் எப்ப விளையுங்கற பருவக் கணக்கையும் எந்தத் தாவரம் எங்க விளையுங்கற பூகோளக் கணக்கையும் குழப்பிடுச்சிங்க. அந்த ஊர்க்காரங்க அந்தக் கூடாரங்களுக்கு உள்ள கேள்விப்படாத புதுப்புது வகையான காய்கறிங்களையும் பழங்களையும் பயிர் செஞ்சி வெச்சிருந்தாங்க. உள்நாட்டுல இருந்தும் வெளி நாட்டுல இருந்தும் வந்திருந்திருந்த வியாபாரிங்கள் எல்லாம் வந்து பாத்துட்டும் வாங்கிக்கிட்டும் போனாங்க.

நாங்க வயிறார சாப்பிட்டதுக்கு அப்புறம் கெளம்பினோம். இன்னமும் அந்தக் கெழ காஸ்–51 ட்ரக்கு மக்கர் பண்ணிக்கிட்டு எறச்சலும் பொகையும் இருந்ததால கஷ்டப்பட்டு மெதுமெதுவா ஓட்டிக்கிட்டு ஹுய்–மின் மாவட்டத்துத் தலைநகர் பெய்–ட்சன் நகரத்துக்கு வந்து சேந்தோம். நேரா ஒரு வண்டி ரிப்பேர் கடைக்குப் போய் வயசான மெகானிக் ஒருத்தரப் பிடிச்சி என்ன பிரச்சனைன்னு பாக்கச் சொன்னோம். தல நரைச்ச அவருக்கு எடது கையில ரெண்டு வெரல் இல்ல. ஆனா வேலையில எந்தக் கொறையும் இல்லாம நல்ல பேரு எடுத்திருந்தாரு. இந்த ட்ரக்கப் பாத்ததும் அவருக்குக் கண்ணெல்லாம் விரிஞ்சிப் போச்சி. "அட! இந்தத் தாத்தா காலத்து வண்டி இன்னும் ஓடுதா!"ன்னாரு. ட்சாங் மாஸ்டர் அவருக்கு சிகரெட் தந்தாரு, பரிச்சயம் பண்ணிக்கலாம்னு. பெரியவரு 'அமெரிக்காவை எதிர்ப்போம்; கொரியாவுக்கு உதவுவோம்' சண்டையில கலந்துக்கிட்டவரு. அப்படிப் பாத்தா எங்க வண்டியோட மொதல்

டிரைவரா இருந்து ஸ்டீரிங் வீல்லையே உயிரைவிட்ட தியாகியும் இவுரும் ஒன்னா வேல செஞ்சிருக்கணும். பெரியவருக்கு ஒரே உற்சாகம். ட்ரக்கச் சுத்திச்சுத்தி வராரு. தடவிக் குடுக்கறாரு. ஒரு குதிரைக்காரன் ரொம்ப வருசமாத் தொலஞ்சிப் போயி திரும்பிக் கெடச்ச ஒரு குதிரையத் தடவிக் குடுக்கற மாதிரி இருந்துது. அவரு ட்ரக்குல ஏறிக் கௌப்பி கடையச் சுத்தி இருந்த பாதையில கொஞ்ச நேரம் ஓட்டினாரு. இறங்கிட்டும் பெட்ரோல் குழாயிலதான் பிரச்சனைன்னு சொன்னாரு. ரொம்ப கவனமா பல தடவ சோதிச்சிப் பாத்தாரு. அப்பவும் என்ன பிரச்சனைன்னு கண்டுபிடிக்க முடியல. “பழசாயிடிச்சி”ன்னாரு. “ஓட்ற வரைக்கும் ஓட்டுங்க”ன்னாரு. அவருக்கு எவ்ளோ குடுக்கணும்னு கேட்டோம். கைய ஆட்டி எங்கள அனுப்பிட்டாரு.

நாங்க ட்ரக்குல மறுபடியும் கௌம்பினோம். கொஞ்சம் வேகம் எடுத்தாலும் பொகபொகயா வந்துது. ட்சாங் மாஸ்டர் பாத ஓரத்துல ட்ரக்க நிறுத்திட்டு ஸ்டீரிங் வீல்ல தலையைக் கவுத்துக்கிட்டாரு. ரொம்ப நேரத்துக்கு அசையல. அப்புறம் நா சொன்னேன்: “ட்சாங் மாஸ்டர், நாம இந்த பெட்ரோல் கொழாய மொத்தமா கழட்டி எடுத்து ஒரு தடவ பாத்திடலாம்பா. நாம கௌம்பரத்துக்கு முன்னாடி வண்டிய ஓவராய்லிங் பண்ண நம்ம பட்டாளத்துப் பராமரிப்பு ஆளுங்கக்கிட்ட குடுத்தோம்ல? அவனுங்க வண்டிக்குள்ள என்ன சாமானப் போட்டானுங்களோ?” அவுரு, “அவனுங்க என்ன போட்டிருக்கப் போறானுங்க? நாம ஹுவாங் மாவட்டத்துல இருந்து வெய்–ஃபாங் வரவரைக்கும் மணிக்கு அம்பதுன்னு வந்தமே? நல்லாத்தானே ஓடிச்சி?”ன்னாரு. இப்படிச் சொல்லிட்டும் வண்டிலருந்து எறங்கினாரு. நா பெட்ரோல் கொழாய அக்கக்கா பிரிச்சி எடுக்கறத பாத்துக்கிட்டு இருந்தாரு. பெட்ரோல்ல இருந்து அழுக்க எடுக்கிற வடிகட்டிக்கிட்ட வந்தப்ப நா உள்ளருந்து ஒரு சின்ன பீங்கான் ஜல்லட மாதிரி இருந்த ஒன்ன எடுத்தேன். ட்சாங் மாஸ்டர் ஒரக்கக் கத்துனாரு: “அட என் அப்பத்தா! என்ன சொப்புடா இது?”

எங்க பராமரிப்புப் பிரிவுல இருந்த தாத்தா நல்ல எண்ணத்தோட நல்லத நெனச்சி இந்தப் பீங்கான் வடிகட்டிய பெட்ரோல் கொழாயில வெச்சிருக்காரு. அதுல இருந்த ஓட்டைங்கல்லாம் சின்னதாப் போயி பெட்ரோல் வரவிடாம அடச்சிக்கிட்டு எங்க ட்ரக்கு வேகமாப் போக முடியாமப் போயிடிச்சி. ட்சாங் மாஸ்டர் அந்த பீங்கான் வடிகட்டிய ஓங்கித் தரையில போட்டு ஒடச்சாரு. ஸ்பேனர எடுத்தாரு. பெட்ரோல் கொழாய மாட்டினாரு. கந்தத்துணியில கையத் தொடச்சிக்கிட்டாரு. கையுறைங்கள மாட்டிக்கிட்டாரு. வண்டில ஏறினாரு. ஆக்ஸிலேட்டர மிதிச்சாரு. ட்ரக்கு சும்மா கும்முன்னு கௌம்புச்சி. மணிக்கு அறுவது கிலோமீட்டர் வேகத்துல ஓட்டினாரு. சத்தமில்ல, புகையில்ல, எல்லாம் வழக்கம்போல இருந்துது. ட்சாங் மாஸ்டர் திட்டிக்கிட்டே வந்தாரு. “அடிங்கோயா! எங்குதிரையக் கொன்னுட்டிருப்பான்!” அவரு திட்டிக்கிட்டே வந்தாலும் அளவு கொள்ளாத சந்தோசத்துல இருந்தாரு. போர்க்குதிர மேல உக்காந்த போர்வீரன் மாதிரி வண்டியப் பறக்க ஓட்டினாரு. நாங்க த்ஸாங்–ட்சோவ் ஊருக்கு வந்து சேந்தப்பச் சிவப்புச் சூரியன் மறைஞ்சாச்சி. ஏதாவது விடுதில தங்க வேண்டியதுதான்.

அங்கருந்த விடுதி நிறைஞ்சிட்டிருந்துது. அங்க வேல செஞ்ச பொண்ணு – குண்டான சின்னப் பொண்ணு – ரொம்ப நல்ல மாதிரி. நாங்க களைச்சி இருக்கறதப் பாத்திட்டு, 'பட்டாளத்துத் தோழர்களே, உங்களுக்கு ஆட்சேபம் இல்லன்னா, நா இங்க தரையிலேயே ரெண்டு பாய் போடறேன்'ன்னுச்சி. ரெண்டு பாய் போட்டது மட்டுமில்லாம ரெண்டு உருளில வெந்நீரும் கொண்டு வந்துது – கால வெந்நீர்ல கழுவிக்கறதுக்கு. எங்களுக்கா, ஒரே நெகிழ்ச்சியா இருந்துது. ட்சாங் மாஸ்டர் பனித்தரையில படுத்துக்கிட்டு வண்டிய சரி பண்ணதில இருந்து அவுருக்கு சளி புடிச்சிக்கிச்சி. ஓயாம இருமல் வேற. நா வெளியப் போயி அவுருக்கு சளி ஜுரம் மருந்து வாங்கிக் கொண்டாந்து சாப்புட வெக்கணும்னு மருந்துக் கடையத் தேடினேன். வேணும்னே திரும்பி எங்க ட்ரக்கு நிறுத்தியிருந்த பாதையோரத்துக்குப் போயி வண்டிய ஒரு எட்டுப் பாத்தேன். ட்ரக்கு மூடற தார்ப்பாயை எடுத்து நல்ல போத்திவிட்டேன். வண்டியத் தட்டிக் குடுத்துட்டுச் சொன்னேன்: "ரொம்ப சிரமப்பட்டுட்ட நீ! இன்னிக்கி ராத்திரி நாம நல்லா தூங்குவோம்."

காலைல எழுந்தோம். ட்சாங் மாஸ்டருக்கு சளியும் விட்டிருந்துது. அந்த குண்டு பொண்ணு விடுதில என்ன சாப்பிடக் கெடக்கும்னு சொல்லிச்சி: பொரிச்ச ரொட்டிகுச்சி, பெரிய ரொட்டி, கஞ்சி. ஒருவேள எங்களுக்கு சாப்பிடப் பிடிக்கலன்னா, அவ வெளிய போயி கோதும கொழுக்கட்ட வாங்கிக்கிட்டு வர முடியும். ஆனா அதுக்கு எட்டு மணி வரைக்கும் காத்திருக்கணும். நாங்க பெரிய ரொட்டி, பொரிச்ச ரொட்டிக்குச்சி, கஞ்சியே நல்லா இருக்கும்னு சொன்னோம். வயிறு பொடைக்கச் சாப்டுட்டு ட்ரக்கக் கௌப்பினோம்.

மதியம்போல த்தொங் கோட்டத்தைத் தாண்டி பெய்–சிங் நகரத்துக்குள்ள நொழைஞ்சோம். ட்சாங்–ஆன் சாலையக் கடந்தப்புறம் ட்சாங் மாஸ்டர் காட்டுத்தனமா ஓட்ட ஆரம்பிச்சாரு. கிழட்டு காஸ்–51 ட்ரக்கு, அங்கருந்த காரையெல்லாம் முந்திக்கிட்டு ஓடிச்சி. ஒரு வெள்ளக் கை வெச்ச நீல நெற யூனிபார்மும் கையில தடியுமா ஒரு போலீஸ்காரர் எங்கள நிறுத்தினாரு. வேகக் கட்டுப்பாட்ட மீறி வண்டி ஓட்டினதுக்கு ட்சாங் மாஸ்டரைக் கண்டபடி திட்டினாரு. ட்சாங் மாஸ்டர் மறுபடி மறுபடி மன்னிப்பு கேட்டாரு. மொத தடவ தலைநகரத்துக்கு வந்ததால விதிமுற தெரியலன்னாரு. பெய்–சிங்–கா, தெய்வமே!, பெய்–சிங்–கே தான்! நெனச்சிப் பாக்கவே முடியல. வடகிழக்கு காவ்–மீ கோட்டத்திலருந்து ஒரு பொடியனான நா, 1978ஆம் வருசம் ஜனவரி 18ஆம் தேதி பெய்–சிங் வந்து சேந்துட்டேன். இந்த எக்கச்சக்கமான வெள்ள கருப்பு காருங்களையும் பச்ச ஜீப்புங்களையும் பாக்கறேன். இந்த அடுக்குமாடிக் கட்டிடங்களையும் பங்களாவுங்களையும் பாக்கறேன். இந்த தூக்கின மூக்கும் நீலக் கண்ணுமா இருக்கற நெறைய வெளிநாட்டுக்காரங்களப் பாக்கிறேன். அப்ப இருந்த பெய்–சிங் நகரத்தோட அளவு, இப்ப இருக்கற பெய்–சிங் அளவுக்குப் பத்துல ஒன்னுகூட இருக்காது. ஆனா என்னோட பார்வையில, அதுவே பாக்கறவங்கள மிரள வெச்சி நெலகொள்ளாமப் பண்ணிடுச்சி.

மூன்று

பெய்–சிங் நகரத்தத் தாண்டி வடக்கே நெளிஞ்சி வளைஞ்சிப் போன பாதையில சீனப் பெருஞ்சுவரோட சு–யோங் கணவாயைத் தாண்டி ஒரு மணி நேரத்துக்குப் போனப்பறம் நாங்க போய்ச் சேர வேண்டிய எங்க தலைம அலுவலகம் வந்துது. நாங்க கொண்டுவந்த ஆப்பிளும் பச்ச வெங்காயமும் பாத்து எல்லாரும் குஷியாயிட்டாங்க. வண்டிலருந்த சரக்க எறக்கி வெச்சப்புறம் ஒரு டேபிள் டென்னிஸ் ஆடற டேபிள், நாலு கூடப் பந்துங்க, பத்து துப்பாக்கிமுனையில இருக்கிற குத்துவாள் பயிற்சி பண்ற துப்பாக்கிங்க, அந்தக் குத்துவாள் உறைங்க ஒரு நாலு, பயிற்சிக்கு உபயோகப்படுத்தற மரக் கைகுண்டுங்க இருபது, காவலாளிங்க போட்டுக்கிற தோல் கோட்டுங்க இருபது, எல்லாத்தையும் ஏத்தினாங்க. நாங்க திரும்பிப் போறதுக்குத் தயாரானோம். வரும்போது நாங்க ரெண்டு பேர் மட்டும்தான் வந்தோம். திரும்பிப் போகும்போது ஒரு ஆள் கூடியாச்சி. எங்கப் பட்டாளத்துக்கு வர்ற புது டிரைவர். 1977ல சேந்தவன். சமீபத்திலத்தான் டிரைவர் பயிற்சிய முடிச்சவன். குடும்பப் பேரு த்தியன். முதல் பேரு ஹூ. ஷான்–தொங் மாவட்டத்து யீ–ஷூய் ஊர்க்காரன். பெரிய கண்ணு. வெள்ளப் பல்லு. மொகம் முழுக்கக் குழந்தத்தனம்.

சிரமப்பட்டு பெய்–சிங் வந்திருக்கோம். திரும்பி வருவமான்னு சொல்ல முடியாது. இப்படி வந்தோம்; கிளம்பினோம்னு போயிட்டா வருத்தமா இருக்காதா? தடவாளங்கள கவனிச்சிக்கிற ஒரு அதிகாரிகிட்ட அனுமதி கேட்டோம். ஒரு தடவ பெய்–சிங் வந்தது தண்டம்னு இல்லாம பெய்–சிங்–ல ஒருசில நாள் தங்கி – ஒரு நாளாவது தங்கி – த்தியன்–ஆன்–மன் சதுக்கம் முன்னாடி நின்னு ஒரு போட்டோ எடுத்துக்கணும். அந்த அதிகாரி பளிச்சின்னு நாங்க பெய்–சிங் நகரத்துக்குள்ள மூணு நாள் தங்கறத்துக்கு அனுமதி குடுத்தாரு. அப்படியே ஊருக்குள்ள இருந்த எங்களோட விடுதில தங்கறதுக்கும் ஏற்பாடு பண்ணாரு. அப்ப எங்ககிட்ட குடியிருப்போர் அடையாள அட்டையும் கெடயாது;

பட்டாளத்துக்காரர் அட்டையும் கெடயாது. எந்த ஓட்டலுக்கோ விடுதிக்கோ போனாலும் அறிமுகக் கடிதாசி இல்லாம எடம் கெடைக்காது. அவரு எங்களுக்கு மூணு அறிமுகக் கடிதாசிங்களக் கொடுத்தாரு. யாருக்குன்னு எழுதாம அந்த எடத்த காலியா விட்டுட்டாரு. வழியில எங்கயாவது அவசியப்பட்டா பயன்படுத்திக்கறதுக்கு.

நாங்க மொதல்ல த்தியன்–ஆன்–மன் முன்னாடி வந்து வரிசைல நின்னு போட்டோ ஒன்னு எடுத்துக்கிட்டோம். அப்புறம் வரிசைல நின்னு தலைவர் மாவ் (மாவ்–ட்ஸ–தொங்) சமாதில நொழஞ்சோம். அவரோட உடம்பப் பாத்தோம். கண்ணாடி சவப்பெட்டில வெச்சிருந்த அவரோட உடம்ப உத்துப் பாத்தப்ப, ரெண்டு வருசம் முன்னாடி அவரோட சாவு பத்தின சேதி தெரிஞ்சப்ப எப்படி பூகம்பம் வந்த மாதிரி இருந்துதுன்னு ஞாபகம் வந்துது. இந்த பூமியில நித்யாத்மா யாரும் கெடயாதுன்னு புரிஞ்சுது. முன்னாடியெல்லாம் நாங்க தலைவர் மாவ்–க்குச் சாவு வரும்னு கனவுலகூட யோசிச்சதில்ல. ஆனா அவரு செத்துட்டாரு. அப்பெல்லாம் நாங்க தலைவர் மாவ் செத்திட்டாருன்னா சீனாவோட கத முடிஞ்சிதுன்னு நெனச்சோம். ஆனா, அவரு செத்து ரெண்டு வருசத்துக்கு அப்புறம் சீனா கத முடியாதது மட்டுமில்லாம, கொஞ்சம் கொஞ்சமா மேம்பட்டுக்கிட்டும் வருது. பல்கலைக்கழகங்கள்ள நொழைவுப் பரிட்சை வெச்சி பசங்களச் சேக்கறாங்க. கிராமங்கள்ல நெலம் வெச்சிருக்கறவங்க, பணம் வெச்சிருக்கறவங்க போட்டிருந்த குற்றவாளித் தொப்பியெல்லாம் தூக்கிக் கிடாசியாச்சி. விவசாயிங்க வீட்டுல தானியம் கூடியாச்சி. உழவு மாடுங்ககூட பெருத்திடுச்சி. என்னை மாதிரி ஒரு தனி ஆளுகூட ஆச்சரியகரமா த்தியன்–ஆன்–மன்–ல வந்து போட்டோ எடுத்துக்கறேன். அது மட்டுமில்லாம என் கண்ணாலேயே தலைவர் மாவ்–வோட உடம்பப் பாக்கறேன்.

அடுத்த ரெண்டு நாளும் நாங்க பெய்–ஹாய் பூங்கா, த்தியன்–த்தான் பூங்கா, அது பக்கத்துல இருந்த இயற்கை வரலாற்று அருங்காட்சியகம் எல்லாம் பாத்தோம். அங்கருந்த பிரம்மாண்டமான டைனாசர் எலும்புக்கூடுதான் எங்களப் பொருத்தவரைக்கும் அசத்தலா இருந்துது. அது மட்டுமில்லாம, நாங்க பழைய அரண்மனை, சிங்–ஷான் பூங்கா, கோடை அரண்மனை, மிருகக் காட்சிசாலை எல்லாம் பாத்தோம். கூடவே, ஆரவார அமளியா இருந்த வாங்–ஃபு–சிங் கடைத்தெருவுக்கும் போனோம். நா ஷீஸீ–தான்–ல ஒரு கடையில கறுப்பு முதுகுப் பை மூணு வாங்கினேன் – ஒன்னு எனக்கு, ரெண்டு என் பட்டாளத்துத் தோழர்களுக்கு. அப்படியே எனக்கு நிச்சயம் பண்ண பொண்ணுக்கு இளஞ்சிவப்பு நெறத்துல குளிருக்குப் போட்டுக்கற சால்வை ஒன்னு வாங்கினேன்.

பருத்தி ஆலையில தெனக்கூலியா இருந்தப்போ எங்களோட தூரத்துச் சொந்தக்காரர் ஒருத்தர் அவள அறிமுகப்படுத்தி வெச்சாரு. அப்ப நா ரொம்பத் தயங்கினேன். அவரு ரொம்பவே கடுமையா, “நல்லது கெட்டது தெரியாம இருக்காதே. கொழுத்த பன்னி கதவு தாண்டி வரப் பாக்கும் போது, நாய் பிராண்டுதுன்னு நெனச்சிக்காதே!”–ன்னு சொன்னாரு. அந்த சொந்தக்காரர் பின்னாடி நெஜத்தச் சொன்னாரு. என்னோட மாமா அந்த பருத்தி ஆலைல கணக்குப்பிள்ளையா இருந்ததால என்னோட தொடர்பால

நிரந்தர வேலை வாங்கிடலாம்னு நெனச்சாராம். கல்யாணத்துக்கு அப்புறம் என் பொண்டாட்டியும், “நாம பாத்துக்கிட்டதுக்கு முன்னாடி கட்சி நிலைக்குழு உறுப்பினரா இருந்த லியு, கட்சித் துணைத்தலைவரோட தம்பிப் பையனுக்கு என்னை கட்டிக்குடுக்கப் பாத்தாரு”ன்னு சொன்னா. அந்தப் பையனுக்கு இடுங்கின கண்ணுன்னு இவ ஒத்துக்கலையாம். எங்களுக்கு நிச்சயம் ஆனப்பறம் நிலைக்குழு உறுப்பினர் லியு, அவ கிட்ட “துணைத் தலைவர் தம்பிப் பையனுக்குக் கண்ணு சின்னதுன்னு சொன்னியே. இப்ப நீ தேடித் பிடிச்சதுக்கு மட்டும் கண்ணு எவ்ளோ பெரிசு!”ன்னு கிண்டல் அடிச்சாராம். அவளும், “துணைத் தலைவர் தம்பிப் பையனுக்குக் கண்ணு சின்னது; உயிர்ப்பே கெடயாது. குட்டி மோ–வுக்கு கண்ணு சின்னதுன்னாலும் பளிச்சின்னு இருக்கு. ரெண்டும் ஒன்னு கெடயாது”ன்னு சொன்னாளாம். பல வருசங்களுக்கு அப்புறம் எனக்கு எழுத்தாளர்ன்னு தகுதியில்லாத ஒரு போலிப் புகழ் கெடச்சப்புறம் நிலைக்குழு உறுப்பினர் லியு–வ பாத்தப்ப அவரு என் பொண்டாட்டிக்கு ஆளுங்கள நல்லா எடை போடத் தெரியும்னு சொன்னாரு.

அப்புறம் நாங்க ஷ்ஸீ–தான் தெருவுக்குப் போய் ரெண்டு மணிநேரம் வரிசைல நின்னு கோதும கொழுக்கட்டையச் சாப்பிட்டோம். அது இறைச்சிய பூர்ணம் மாதிரி உள்ள வெச்சி செய்யற கொழுக்கட்டை. ஒரு கடி கடிச்சா எண்ணெயா ஒழுகற கொழுக்கட்டை. கொழுக்கட்டை எந்திரத்தில செஞ்சது. அந்த எந்திரம் அரை ஆள் ஒயரத்துல இருக்கிற ஒரு தடுப்புப் பின்னாடியிருந்து முன்ன இருந்த பத்து மேசைகள்ல இருந்தவங்களுக்கும் கொழுக்கட்டைங்கள செஞ்சிப் போட்டுக்கிட்டு இருந்துது. அப்ப நா இத பெரிய கண்டுபிடிப்பா நெனச்சேன். ஒரு பக்கம் மாவும் தண்ணியும் கறியும் உள்ளப் போகுது; மறுபக்கம் முழு கொழுக்கட்டைங்க ஒன்னொன்னா வந்து கொதிக்கிற தண்ணீல விழுது – நம்ப முடியாத விசித்திரம்! நா வீட்டுக்குத் திரும்பிப் போனப்ப எங்க அம்மாகிட்ட இந்த விசயத்தைச் சொன்னா அவங்க கொஞ்சம்கூட நம்பல. இப்ப நெனச்சிப் பாத்தா, அந்தக் கொழுக்கட்டை எந்திரத்திலருந்து வந்த கொழுக்கட்டைங்களுக்கு தோலு தடிப்பு; பூர்ணம் கம்மி. பாதி கொழுக்கட்டைங்க வேகும்போதே பிச்சிக்கிட்டு வெந்நீர்லையே போயிடிச்சி. சொல்லப்போனா பாக்கவும் நல்லாயிருக்காது, தின்னவும் நல்லாயிருக்காது. ஆனா, அந்தக் காலத்துல ஷ்ஸீ–தான் பஜார் பக்கத்துல எந்திரம் செஞ்ச கொழுக்கட்டைங்க சாப்பிடறதுன்னா ஊருக்குப் போய் தம்பட்டம் அடிச்சிக்கிற விசயம். இப்ப யாரும் எந்திரத்துல செஞ்ச கொழுக்கட்டைங்கள சாப்பிடறதில்ல. எல்லா கொழுக்கட்டைக் கடைலயும் கையால் செஞ்சதுன்னு விளம்பரம் பண்றாங்க. முன்னாடியெல்லாம் எவ்வளவுக்கு எவ்வளவு கறி இருக்கோ அவ்வளவு நல்லது. இப்பல்லாம் காய்கறி பூர்ணம் வெச்சதுதான் பிரபலம். காலம் எப்பிடி மாறிக்கிட்டு இருக்குங்கறதுக்கு இது ஒரு உதாரணம்.

திரும்பி வர்றப்ப ட்சாங் மாஸ்டர் ட்ரக்கு ஓட்டறத த்தியன்–ஹூ கையில குடுத்திட்டாரு. பக்கத்தில இருந்த இருக்கைல நாங்க ரெண்டு பெரும் நெருக்கி உக்காந்துக்கிட்டோம். த்தியன்–ஹூ வந்து சேந்ததுமே என்னோட டிரைவர் ஆகிற கனவு சுக்குநூறா உடஞ்சிப்போச்சி. நா மனசொடிஞ்சி இருக்கறதப் பாத்த ட்சாங் மாஸ்டர் ரகசியமா

என்னை உற்சாகப்படுத்தினாரு. "குட்டி மோ, உனக்கு எழுத்துத் தெறம நெறஞ்சிருக்கு. உன்ன மாதிரி தெறம இருக்கற ஒருத்தன நாத்தம் புடிச்ச டிரைவர் வேலைக்குப் போடறது பீரங்கிய வெச்சி கொசுவ சுடற மாதிரிதானே? காத்திருப்பா, அதிர்ஷ்டம் உன்னத் தேடி வரும் பாரு." அவுரு பேசனது எனக்குக் கொஞ்சம் ஆறுதலா இருந்துது. ஆனாலும் எதிர்காலத்த நெனச்சிப் பாத்தா மலைப்பா இருந்துது. நா ஆயிரம் அடிபட்டுப் பத்தாயிரம் உதைபட்டுக் கூண்டுலருந்து விடுபட்டு, ரெண்டு வருசம் லோல்பட்டு ஒன்னும் சாதிக்காம திரும்பிப் போகணுமா? முடியாது. நா திரும்பிப் போக மாட்டேன். நா பாடுபடுவேன்! நா போராடுவேன்!

பெய்–சிங்–ல எனக்கு ஒரு கனவு வந்துது. நானும் ட்சாங் மாஸ்டரும் ட்ரக்கை ஓட்டிக்கிட்டு கிராமத்துக்குத் திரும்பி போறோம். எங்க ட்ரக்கும் லு–வென்–லீ–யோட அப்பா ட்ரக்கும் எங்கப் பள்ளிக்கூட மைதானத்துல அடுத்தடுத்து நிக்குது. ரெண்டு காஸ்–51 ட்ரக்குங்க. ரெண்டு ட்ரக்குத் தல மேலயும் செவப்பு பட்டுத் துணி கட்டியிருக்கு. ரெண்டு மூக்கிலயும் செவப்புப் பட்டுத் துணில பண்ண பூ கட்டியிருக்கு. பள்ளிக்கூடத்தோட வாத்தியக் குழு பக்கத்துல வாசிச்சிக்கிட்டு இருக்காங்க. நெறைய பசங்க கையில பட்டுத் துண்டு வெச்சிக்கிட்டு லயம் மாறாம எளிமையா ஆடிக்கிட்டு இருக்காங்க. அப்புறம் ஆளரவம் இல்லாத நடுராத்திரி. நிலா காஞ்சிக்கிட்டு இருக்கு. நா ஒத்த ஆளாத் திரும்பி மைதானத்துக்கு வரேன். அந்த ரெண்டு காஸ்–51 ட்ரக்கையும் பாக்கறேன். ரெண்டும் ரெண்டு நாய்க்குட்டி மாதிரி மூக்கோட மூக்கத் தொட்டுக்கிட்டு ஒன்னுத்த ஒன்னு வாசன பாத்துக்கிட்டு இருக்கு. இது மூலமா ஒன்னுத்த ஒன்னு இனம் கண்டுக்கிட்டு இருக்குங்க. ரொம்ப காலம் பிரிஞ்சிருந்து ஒன்னா சேந்த ரெண்டு கழுதைங்க மாதிரி அதுங்க அடிக்கடிக் கனைக்குதுங்க. அதுக்கப்புறம் அதுங்க ஒன்னுத்த ஒன்னு விட்டு வெலகிக் கொஞ்ச தூரம் பின்னாடியே போகுதுங்க. அப்புறம் ஒன்னுத்தப் பாத்து ஒன்னு ஓடிவந்து வந்து ஒரு தடவ மூக்கை மூக்கைத் தொட்டுக்குதுங்க. இந்த மாதிரி மூணு தடவ மூக்கை மூக்கைத் தொட்டப்புறம் லு–வென்–லீ–யோட அப்பா ட்ரக்கு பின்னங்கால ஒதச்சிக்கிட்டு ஓடுது. எங்க பட்டாளத்து ட்ரக்கு அத ஒட்டி ஒட்டி ஓடி முன்னாலப் போகுது. ரெண்டு காஸ்–51 ட்ரக்கும் மைதானத்துல ஒரு பொட்டக் கழுதைய ஆம்பளக் கழுத துரத்திக்கிட்டு ஓடற மாதிரி சுத்திச்சுத்தி வருதுங்க. அப்ப எனக்குச் சட்டுன்னு புரிஞ்சிடிச்சி. இந்த ரெண்டு வண்டியும் கூடப் பொறந்த அக்கா தங்கச்சி கெடயாது. இதுங்க ரெண்டும் காதல் ஜோடிங்க. அதுங்க ஒன்ன ஒன்னு தொரத்துதுங்க. சேருதுங்க. அப்புறம் ரெண்டுத்துக்கும் ஒரு குட்டி காஸ் ட்ரக்கு பொறக்குது ...

நா இந்தக் கனவ ட்சாங் மாஸ்டர் கிட்டயும் குட்டி த்தியன் கிட்டேயும் சொன்னேன். ட்சாங் மாஸ்டர், "நாம சியாவ் ஆத்துப் பண்ணைக்கு ஒரு நடை போயிட்டு வரணும் போலருக்கு"ன்னு சொன்னாரு. குட்டி த்தியன், "எங்கப்பாவுக்கும் இந்த மாதிரி கனவு வந்துது, அடுத்த நாளே அவுருக்கு விபத்து நடந்துது"ன்னு சொன்னான். அவனோட அப்பாவும் ஒரு டிரைவர்தான். ட்சாங் மாஸ்டர் அவன "பட்டாளத்துப் புது முட்டை! அபசகுன அண்டங்காக்கா!"ன்னு திட்டினாரு. குட்டி த்தியன் பேசறது

பெரும்பாலும் அபசகுனமாத்தான் இருக்கும். ட்சாங் மாஸ்டருக்கு இது சுத்தமா ஆகாது. நல்ல விசயமா ஆரம்பிச்ச இது வெய்–ஃபாங் வர்றதுக்குள்ள மாறிடிச்சி. நாங்க வெய்–ஃபாங் வந்து சேரும்போது ராத்திரி ஒம்போது மணி ஆயிடிச்சி. நட்சத்திர வெளிச்சத்துல வானம் நெறஞ்சிருக்கு. ட்சாங் மாஸ்டர், “குட்டி மோ, நாம் வெளிய வந்து ரொம்ப நாளாயிடுச்சி. கொஞ்ச நாளா எனக்குக் கண்ணு வேற படபடன்னு துடிக்குது. மனசே சரியில்ல. என் மகன் டச்சின்–பிங்–க்கு அங்க எதனா ஆயிடுமோன்னு சஞ்சலமா இருக்கு. இவ்ளோ தூரம் வந்துட்டோம்ங்கறதால, நீ வெய்–ஃபாங் ரயில்வே ஸ்டேஷன் போய் ரயில் வண்டி பிடிச்சி வீட்டுக்குப் போய் ஒரு பார்வை பாத்துட்டு வந்திடு. நா திரும்பிப்போய் உன் லீவுக்கு ஏற்பாடு பண்றேன். பிரச்சன வந்தாலும் நா பாத்துக்கறேன். நானும் குட்டி த்தியன்–னும் நெடுஞ்சாலை புடிச்சி நேரா பட்டாளத்துக்குப் போயிடறோம்”ன்னு சொன்னாரு.

அவுரு மனசு எனக்குப் புரிஞ்சிது. நா மொதல்லருந்தெ ஒரு காஸ்–51 ட்ரக்குல ஆரவாரமா கம்பீரமா எங்க கிராமத்துக்குள்ள நொழையற காட்சிய மனசுல பலப்பல தடவை ஓட்டிப் பாத்திருக்கேன். அது இப்ப நீர்க்குமிழியா பொசுக்குன்னு போச்சி. மனசு அறுந்த மாதிரி இருக்கு. ஆனாலும் பட்டாளத்துல சேந்து ரெண்டு வருசம் ஆனப்புறம் மறுபடியும் வீட்டுக்குத் திரும்பிப் போய் எல்லாரையும் பாக்கறதும் லேசுப்பட்ட விசயமில்ல. என்னை வெய்–ஃபாங் ரயில்வே ஸ்டேஷன் வெளியில விட்டுட்டு ட்சாங் மாஸ்டரும் குட்டி த்தியன்–னும் ட்ரக்குல போயிட்டாங்க. நா காஸ்–51 ட்ரக்கோட பின்னாடி இருந்த சிவப்பு வௌக்கு தூரத்துல மறையற வரைக்கும் கண்ணெடுக்காம பாத்துக்கிட்டு இருந்துட்டு அப்புறம்தான் டிக்கட் வாங்க ஸ்டேஷன் உள்ளப் போனேன்.

நா ரயில்ல போறது இது ரெண்டாவது தடவை. மொதல் தடவ எனக்குப் பதினெட்டு வயசிருக்கும்போது என்னோட அண்ணனும் அண்ணன் பையனும் நானும் ரயில்ல ட்ச்சிங்–தாவ் போய் அங்கருந்து தோணி புடிச்சி ஷாங்–ஹாய் போனோம். அப்பல்லாம் ரயில்ல போறதுன்னா பெரும அடிச்சிக்கிற மாதிரி ஒரு விசயம். நா ட்ச்சிங்–தாவ்–லருந்து திரும்பி வந்தப்பறம் ரொம்பநாள் இதப் பத்தி பீத்திக்கிட்டு இருந்திருக்கேன். ரெண்டாவது தடவையா ரயில்ல போறதும் மனசுக்குக் கிளர்ச்சியாத்தான் இருக்கு. வண்டில நெரிசல் தாளலை. வண்டிக்குள்ள ஒரே மூத்திர நாத்தம். ரெண்டு ஆளுங்க யாரு மொதல்ல கழிப்பறைக்குப் போறதுன்றது பத்திச் சண்டை போட்டுக்கிட்டாங்க. ஒருத்தனுக்கு மூக்கு ஒடஞ்சிது, ஒருத்தனுக்குக் காது கிழிஞ்சிது. அப்ப எனக்கு இதெல்லாம் ஒரு வித்தியாசமா தெரியலை. வெய்–ஃபாங்–லருந்து காவ்–மீ ஒரு நூறு கிலோமீட்டர் வாக்குலதான் இருக்கும். ஆனா வண்டி குலுங்கி ஆடிப் போய்ச்சேர மூணு மணி நேரத்துக்கு மேல புடிச்சிது. 2008ஆம் வருசம் பெய்–சிங்–லருந்து காவ்–மீ போற எண்ணூறு கிலோமீட்டர் தூரத்துக்கு மொத்தமே அஞ்சு மணி நேரம் கிட்டத்தான் புடிச்சிது.

காவ்–மீ போய்ச் சேந்தப்ப அதிகாலை ஆயிட்டிருந்துது. சூரியன் எழுந்துட்டிருந்துது. வானம் செவந்திட்டிருந்துது. நா டிக்கட்டக் காட்டிட்டு வெளிய வந்த உடனே, பொரிச்ச ரொட்டியும் சோயா பாலும் விக்கற

ஒரு கடையிலருந்து ரொம்ப நாளா கேக்காம இருந்த எங்க பக்கத்து மாவ்–ட்ச்சியாங் வகை நாட்டிய நாடகத்தோட பாட்டுச் சத்தம் கேட்டுது. அது, 'பட்டு அங்கியின் கதை'–ங்கற நாடகத்துல அந்த வயசான அம்மா பாடற பிரபலமான, சோகத்தைப் பிழியிற, துக்கத்துல நடுங்கற பாட்டு. என் கண்ணுல தண்ணி வரவெச்சிடுச்சி. கொஞ்சநாள் முன்னாடி நா சீனத் தொலைக்காட்சில மாவ்–ட்ச்சியாங் நாட்டிய நாடகத்தைப் பத்தி அறிமுகப்படுத்துற நிகழ்ச்சிலகூட இந்தச் சம்பவத்தைப் பத்திச் சொன்னேன். நா கால் கிலோ பொரிச்ச ரொட்டியும் ஒரு கிண்ணம் சோயா பாலும் வாங்கிச் சாப்பிட்டுக்கிட்டே கேட்டுக்கிட்டிருந்தேன். ரயில்வே ஸ்டேஷன் சதுக்கத்துக்கு ரெண்டு பக்கம் பூராவும் பட்சணக் கடைங்க தான் இருந்துது. அந்தக் கடைக்காரங்க உரக்கக் கூவிக்கூவி வித்துக்கிட்டு இருந்தாங்க. ரெண்டு வருசம் முன்னாடி ஸ்டேஷன் பக்கத்துல அரசாங்க கேண்டீன்ல மட்டும்தான் சாப்பிடறத்துக்கு எதனா கிடைக்கும். அங்க வேல செய்யறவங்களோட போக்கே ரொம்ப மோசமா இருக்கும். ரெண்டு வருசத்துக்கப்புறம் தனியார் கடைங்களும் போட்டிக்கு வந்தாச்சி. கொஞ்ச வருசத்துல தனியார் துறையும் மழை பெஞ்சதும் வர்ற மூங்கில் செடி மாதிரி எங்கப் பாத்தாலும் வந்தாச்சி. அந்த அரசாங்கத்தோட கூட்டுறவு சங்கங்களோட சாப்பாட்டுக் கடைங்களும் மத்தக் கடைங்களும் ஒன்னு பின்னாடி ஒன்னா மூடியாச்சி.

நா வடகிழக்குக் குடியிருப்புக்குப் போற பஸ்சுல ஏறினேன். மத்தியானம் மூணு மணிக்குத்தான் வீட்டுல நொழஞ்சேன். வறுமையும் ஒடைசலுமா இருந்த வீட்டையும் தள்ளாடற வயசாயிட்ட அம்மா அப்பாவையும் பாத்ததுமே என் மனசுல சொல்லமுடியாத துயரம் அடைச்சிக்கிச்சி. அப்பா அம்மாகிட்ட பட்டாளத்து நிலவரம், பதவி உயர்வுக்கு வழி இல்லாம இருக்கறது, வண்டி ஓட்ற வாய்ப்பு கனவா போனது எல்லாம் சொன்னேன். ரெண்டு வருசம் அங்க இருந்துட்டுக் கிளம்பி வீட்டுக்கு வந்ததுதான் பாக்கின்னு சொன்னேன். அம்மா, "நெஜத்தில, நீ பலனோட திரும்பி வருவேன்னுதான் நெனச்சோம்"ன்னாங்க. நா, "எல்லாம் என் விதி சரியில்லாத காரணம்தான்"ன்னு சொன்னேன். "இந்தப் பட்டாளப் பிரிவுல என்னைப் போட்டாங்க. போர்க்களத்துல இருக்க பட்டாளத்துப் பிரிவு எதலன்னா சேந்திருந்தா சந்தேகமே இல்லாம இந்நேத்திக்கு மேல வந்துட்டு இருப்பேன்." அப்பா, "இப்படிப் பேசறதுலயும் பிரயோஜனம் இல்ல"ன்னாரு. "வீட்டு நெலமை இப்படி இருக்கு, நீயே பாக்கற. திரும்பிப் போய் இன்னும் நல்லா வேலையப் பாரு. சிரமத்துக்குப் பயப்படாத. மனுசங்க எல்லாம் நோய்வாய்ப்பட்டுத்தான் சாகறாங்க. கஷ்டப்பட்டு வேல செஞ்சதால செத்தவங்க யாருமில்ல. நீ கஷ்டப்பட்டு வேலையைப் பாக்க மட்டும் தயாராயிருந்தா போதும். மேல இருக்கறவங்க எப்படியும் தெரிஞ்சுக்குவாங்க. அவங்க உன்ன மேல வர விடலன்னாலும் வண்டி ஓட்ட விடலன்னாலும் பரவால்ல. எப்படியாவது கட்சில நொழைய முடியுதான்னு பாரு. அப்பா வாழ்க்க பூரா கம்யூனிஸ்ட் கட்சிக்கு மனசு விசுவாசமா இருந்துட்டேன். கட்சில சேரணும்னுதான் கனவா இருந்துது. ஆனா சேரவே முடியல. இந்த வாழ்க்கைல அது நடக்கும்னு நம்பிக்க இல்ல. உங்களத்தான் பாக்கறேன். கட்சில சேரு. திரும்பி வா கொஞ்சம் கௌரவத்தோட."

நான்கு

நா பட்டாளத்துக்குத் திரும்பி வந்தப்புறம் எங்கிட்டப் பேசணும்னு அதிகாரி கூப்பிட்டு அனுப்பினாரு. ட்சங்–ட்சோவ்–ல இருக்கிற இன்ஜினியரிங் கல்லூரில படிக்கறதுக்கான நொழைவுப் பரிட்சை எழுதறதுக்கு ஒரு ஆளை அனுப்பலாம்னு எங்க பட்டாளத்துக்கு ஒதுக்கீடு பண்ணியிருக்காங்களாம். நல்லா யோசனை பண்ணிப் பாத்து, நா தான் நல்லா படிச்சி அந்தப் பரிட்சையை எழுதணும்னு முடிவாம். என் மண்டைக்குள்ள ஒரே ரீங்காரம். ரொம்ப நேரத்துக்கு மூளைக்கு ஒன்னும் ஏறலை. எனக்கு நல்லா ஞாபகம் இருக்கு. அன்னைக்கு மத்தியானம் எல்லாருக்கும் ஒரு கறி கீமா உருண்டை தந்தாங்க. அப்பல்லாம் அது லேசுல கெடைக்காத ருசியான விசயம். ஆனா நா வாய்க்குள்ள போட்டா ஏதோ மெழுகு மெல்ற மாதிரி இருந்துது. அது தான் என் வாழ்க்கைல மொதமொதல்ல கறி தின்னும்போது ருசியே இல்லாம இருந்த அனுபவம். ஏன் அப்பிடி? ஏன்னா, பட்டாளத்து அதிகாரி மொதல்லருந்தே நா மேல்நிலைப் பள்ளில படிச்சிட்டு வந்த பையன்னு நெனச்சிக்கிட்டு இருந்திருக்காரு. அதனாலதான் அந்தக் கல்லூரிப் பரிட்சைய நா எழுதலாம்னு முடிவுக்கு வந்திருக்காங்க. ஆனா உண்மைல நா ஆரம்பப் பள்ளிக்கூடத்துல அஞ்சாவது வரைக்கும்தான் படிச்சிருந்தேன். இலக்கியம், ஆட்சியியல் இதெல்லாம்கூட ஓரளவு சமாளிச்சிடுவேன். ஆனா, கணக்கு, வேதியியல், இயற்பியல் கொஞ்சம்கூடத் தெரியாது. அந்தக் கல்லூரிப் படிப்புல சிறப்புப் பாடம் கம்ப்யூட்டர் பழுது பாக்கற படிப்பாம். என்னைப் பொருத்தவரைக்கும் ரொம்ப கஷ்டம். ஆனா உண்மை வெளிய தெரிஞ்சுதோ, அதோட என் கதை ஒரேடியா முடிஞ்சுதுன்னு அர்த்தம். நா மனசைத் திடப்படுத்திக்கிட்டு இறங்கிட்டேன்.

எங்க பிரிவுல மா–ன்னு பேர் கொண்ட ஒருத்தர் இருந்தார். கம்பியில்லாத் தந்தி டெக்னிசியன். ஹு–நான் மாவட்டத்து ஆளு. என்னை ஒத்த வயசு. எங்கிட்ட

நல்லமாதிரி நடந்துக்குவார். என்னை ரொம்ப ஊக்கப்படுத்தினாரு. அவருக்குத் தெரியுமாம், இந்தத் தடவை இந்தப் பரிட்சை எழுதற இந்த வாய்ப்பு ஒதுக்கீடு, நெஜத்துல எங்கள மாதிரி தள்ளி இருக்கிற பட்டாளப் பிரிவுங்களை கவனிச்சிக்கிறதுக்காகத்தானாம். பரிட்சை வெறும் கண்துடைப்பாம். வெத்துத் தாளைக் குடுத்திட்டு வந்தாக்கூட கல்லூரில நொழஞ்சிடலாமாம். “எனக்குக் கூட்டல், கழித்தல், வகுத்தல், பெருக்கல், பின்ன எண்கள் இதெல்லாம் ஒன்னுமே தெரியாதே”ன்னு சொன்னேன். “நா கத்துக் குடுக்கறேன்”ன்னாரு. “உன்ன மாதிரி புத்திசாலி ஆளுங்க ஏன் கத்துக்க முடியாது? அதில்லாம, இன்னும் அரை வருசம் இருக்கு பரிட்சை எழுத”ன்னாரு. அதிலருந்து நானும் மனப்பூர்வமா என்னால முடிஞ்ச வரைக்கும் முயற்சி பண்றதா முடிவு பண்ணிட்டேன். வீட்ல இருந்தவங்களுக்கும் கடிதாசி எழுதி எங்க அண்ணன் படிச்ச நடுநிலை, உயர்நிலைப் பள்ளிக்கூட புத்தகங்களை எல்லாம் எனக்கு அனுப்பச் சொன்னேன். தினம் சாயங்காலம் டெக்னிசியன் மா கிட்டப் போயி பாடம் கத்துக்குவேன். அதிகாரிங்க அனுமதியோட, வேலைக்குப் போகாத சமயங்கள்ல படிக்க, சரக்கு அறையில இருந்த ஒரு மேஜை நாற்காலியப் பயன்படுத்திக்கிட்டேன். நா முழுமூச்சோட படிக்கணும்னு எங்க காவல் காக்கிற பிரிவுல எனக்கு பதிலா துணைத் தலைவரா வேலையச் செய்ய 1977ல சேந்த ஒரு ஆளை நியமிச்சாங்க.

எங்க அண்ணன் தான் எங்க வடகிழக்குக் காவ்–மீ வட்டாரத்திலேயே மொத மொதல்ல கல்லூரிக்குப் போனவர். இதனால எங்க குடும்பத்துக்கே பெரிய பெருமை. அவரப் போல கல்லூரிக்குப் போகணும்ங்கறது சின்ன வயசிலருந்தே என்னோட கனவு. இப்ப அந்தக் கனவ நினைவாக்கற வாய்ப்பு வந்திருக்கு. ஆனா, அரை வருசத்துக்குள்ள கிடைக்கிற ஓய்வு நேரத்தப் பயன்படுத்தி நடுநிலைப் பள்ளிக்கூடத்துல நடத்தற கணக்கு, வேதியியல், இயற்பியல் எல்லாம் படிச்சி முடிக்கிறது கஷ்டம். நெஜமாவே ரொம்பப் பெரிய வேலை. அடிப்படையில பாடத்தோட பயிற்சி எல்லாம் செஞ்சிப் பாக்க நேரமே கெடையாது. சும்மா பாடத்தைப் படிச்சிக்கிட்டே போகணும். படிச்சது புரிஞ்சிடுச்சின்னா மேல படிச்சிக்கிட்டே போக வேண்டியது தான். அத்தன சூத்திரம் விதிகளையும் மொத்தமா பேரிச்சம்பழம் முழுங்கற மாதிரி மனப்பாடம் பண்ணிக்க வேண்டியிருந்துது. சரக்கு அறையோட சுவர் முழுக்கப் பென்சில்ல எல்லா சூத்திரம் விதிகளையும் எழுதி வெச்சிருந்தேன். நா நம்பிக்கைக்கும் மனத் தளர்ச்சிக்கும் நடுவில போராடிக்கிட்டு இருந்தேன். ரொம்ப நெறைய மனத் தளர்ச்சிதான். நாளாக நாளாக நம்பிக்கை கொறைஞ்சிக்கிட்டே வந்துது. அப்ப எனக்கு மொகமெல்லாம் வெளுத்துப் போயி, தலையெல்லாம் கலைஞ்சிக் கெடக்கும். எங்களோட பயிற்சி வாத்தியார் என்னைப் பாத்தா ஒரு ஜெயில் கைதி மாதிரி இருக்குன்னாரு.

ஆகஸ்டு மாசம் அந்தப் பயிற்சி வாத்தியார் என்னைக் கூப்பிட்டுப் பேசினாரு. மேலிடத்திலருந்து அப்பத்தான் தொலைபேசி வந்துதாம். முன்னாடி எங்களுக்குப் பரிட்சை எழுதறதுக்கு ஒதுக்கீடு பண்ணியிருந்தது இப்ப ரத்து ஆயிடிச்சாம். இத நா நல்ல விதத்துல எடுத்துக்கணுமாம். அவரு சொன்னது ஒருபக்கம் என்னோட பெரிய பாரத்தை எறக்கி வெச்சா மாதிரி

இருந்துது. இன்னொரு பக்கம் ரொம்ப நோகடிச்ச மாதிரியும் இருந்துது. அவரு எங்களோட மொத்த பட்டாளப் பிரிவுக்கும் இதை அறிவிச்சாரு. கூடவே எங்க காவல் காக்கிற குழுவுக்கு துணைத் தலைவரா என்னை மறுநியமனம் பண்றதாவும் அறிவிச்சார்.

அதுக்கப்புறம் ராணுவம் முழுக்க படிப்பறிவு இயக்கம் பத்தி ஒரே பேச்சா இருந்துது. பயிற்சி வாத்தியார் எங்க சிப்பாய்ங்களுக்குக் கணக்கு சொல்லித்தர வேலைய எனக்குக் குடுத்தார். அப்பத்தான் எனக்கே ஆறு மாசத்துக்குள்ள நா நெறைய கத்துக்கிட்டேன்னு புரிஞ்சிது. பின்னாடி ஒரு அதிகாரி என்னோட வகுப்புக்கு வந்து நா கோணங்களின் சார்பு பத்திப் பாடம் எடுக்கறதப் பாத்துட்டு நல்லா இருக்குன்னு சொன்னாரு. நா பாவ்–திங் பயிற்சிப் பட்டாளத்துக்குப் பயிற்சியாளரா மாற்றலாகிப் போனதுக்கும் இந்த வகுப்புக்கும் தொடர்பு உண்டு. கல்லூரில போய் படிக்கணும்ங்கற கனவு ஒடஞ்சிப் போச்சி. எழுத்தாளன் ஆகணும்ங்கற கனவு தீவிரமாயிக்கிட்டு வந்துது.

அந்தக் காலத்துல ஒரே ஒரு சிறுகதைகூட பேர் வாங்கிக் குடுத்திட முடியும். நானே ‘மக்கள் இலக்கியம்’, ‘ராணுவ கலை இலக்கியம்’ பத்திரிகைங்களுக்கு சந்தா கட்டி வரவெச்சேன். 1978ஆம் வருசம் செப்டம்பர் மாசம் என்னோட இலக்கியப் புனைவுப் பயிற்சி ஆரம்பிச்சிது. மொதல்ல ‘அம்மா’ங்கற தலைப்புல ஒரு சிறுகதை எழுதினேன். அதத் தொடர்ந்து ‘விவாகரத்து’ங்கற தலைப்புல ஒரு ஆறு அங்க நாடகம் எழுதினேன்.

எங்க பிரிவுக்குத் தபால் கொண்டு வர்றது குள்ளமான, நடுத்தர வயசான இடது கண்ணு தெரியாத ஒரு ஆளு. பேரு ஸுன். எல்லாரும் அவரை “ஸுன் பெரியவரே”ன்னு கூப்புடுவாங்க. சில அல்பமான அதிகாரிங்க, அவரோட முதுகுக்குப் பின்னாடி அவரை “ஒத்தக் கண்ணன்”ன்னு கூப்புடுவாங்க. எப்ப ஸுன் பெரியவரோட மோட்டார் வண்டிச் சத்தம் கேட்டாலும் என் மனசு படபடன்னு அடிச்சிக்கும். ஏன்னா, ரெண்டு பிரதிங்களையும் அனுப்பியிருந்தேன். நல்ல சேதிக்குக் காத்திருந்தேன். எனக்கு வந்த நல்ல சேதி ராணுவ கலை இலக்கியப் பத்திரிகைலருந்து பென்சில்ல எழுதின குறிப்போட பிரதியைத் திருப்பி அனுப்பின கடிதாசிதான். ‘விவாகரத்து’ நாடகம் பத்தினது. பிரதி ரொம்ப நீளம். வேறு பத்திரிகைகளுக்கு அனுப்பிப் பார்க்கவும். நா பாவ்–திங் பிரிவுக்கு மாற்றலாகிப் போறத்துக்கு முன்னாடி, புது துவக்கம்ன்னு மனசுல பட்டு, லேசான மூட்ட முடிச்சோட போகணும்னு இந்த ரெண்டு பிரதிங்களையும் அடுப்புல போட்டு எரிச்சிட்டேன்.

1999ஆம் வருசம் நா பழைய எடங்களுக்கு திரும்பிப் போனப்ப இந்தப் பட்டாளம் ஏற்கனவே கோழிப் பண்ணையா மாறி இருந்துது. முன்னாடி சரக்கு அறையா இருந்த அறைக்குப் போய்ப் பாத்தேன். சுவத்துல நா கிறுக்கி வெச்சிருந்த கணக்கு, வேதியியல், இயற்பியல் சூத்திரம் விதி எல்லாம் இன்னும் மங்கலா தெரிஞ்சிக்கிட்டு இருந்துது.

ஐந்து

1979ஆம் வருசம் எப்படிப் பாத்தாலும் நாட்டுக்கும் தனி மனுசனா எனக்கும் ரொம்ப முக்கியமான ஒரு வருசம். மொதல்ல பிப்ரவரி மாசம் 17ஆம் தேதி வியட்நாம் படையெடுப்புக்கு எதிரா எதிர் படையெடுப்பு நடந்துது. குவாங்–ஷ்ஸீ–ல இருந்தும் யுன்–நான்–ல இருந்தும் ரெண்டு லட்சம் பேர் கொண்ட படை வியட்நாம் எல்லைக்குள்ள புகுந்துது. ரெண்டாவது நாள் காலைல நாங்க சாப்பிட்டுக்கிட்டு இருந்தப்ப ரேடியோவுல லீ–ச்சங்–வென்–ங்கற ஒரு போர்வீரன் எதிரி கோட்டையத் தகர்க்கும்போது வீரத்தோட தன்னோட உயிரையே தியாகம் செஞ்சான்னு செய்தி கேட்டோம். நாங்க சேந்தப்ப ராணுவத்துல சேந்த பல பேரு போர்க்களத்து முன்னணிப் படைக்குப் போயிட்டாங்க. மனசோட ஆழத்துல எனக்கு அவங்கமேல பொறாமை. எனக்கும் அப்பிடி ஒரு வாய்ப்பு கெடைக்கணும்னு ஆசை. சண்டைக்குப் போகணும், தீரச் செயல் செய்யணும், முண்டி அடிச்சித் திரும்பி வந்திட்டா பதவி உயர்வு கெடைக்கும். உயிர்த் தியாகம் செஞ்சாலும் அம்மா அப்பாவுக்குத் தியாகியப் பெத்தாங்கன்னு பேரு கெடைக்கும். அவங்களுக்குக் கட்சி, அரசியல் மரியாதை கூடிடும். அவங்க என்னைப் பெத்து வளத்தது தண்டத்துக்கு இல்லன்னு ஆகும். நா ஒருத்தன்தான் இப்படி யோசிச்சேன்னு கெடையாது. இந்த யோசனை ரொம்ப நேரடியானது. கொஞ்சம் சிறுபிள்ளைத்தனமானதும்கூட. ஆனா நிச்சயமா என்னை மாதிரியான நடுத்தர விவசாயக் குடும்பத்துப் பசங்களுக்கு இந்தக் கோணையான மனப்போக்கு இருக்கத்தான் செஞ்சிது. நொந்து நூலாகி வாழறதவிடப் பிரபலமா சாகறது மேல். படை முன்னணியில சண்டை நடக்குதுன்னா, எங்கள மாதிரி இருக்கிற பிரிவுலகூட ரொம்ப நாளா தாறுமாறா இருந்த நெலமை மாறிடும். ஒத்திகை பாக்கறது, பயிற்சி பண்றது, காவல் காக்கிறது, உழைக்கிறது, எல்லாமே ரெண்டு மடங்கு அதிக பொறுப்போடவும் முனைப்போடவும் செய்வாங்க. ஆனா, போர் சீக்கிரமே முடிஞ்சி போச்சி. எங்க பட்டாளமும் மறுபடியும் பழைய நெலமைக்கே வந்திடுச்சி.

அந்த வருசம் ஜுன் மாசக் கடைசில நா வீட்டுக்குப் போய்க் கல்யாணம் பண்ணிக்கலாம்னு அனுமதி கெடச்சிது. ஜுலை மாசம் 3ஆம் தேதி கல்யாணம் நடந்துது. அன்னைக்கு ஒரே மழை. என்னோட விடுமுறைல போர்க்களத்துல சண்டை போட்டுட்டு பெருமிதத்தோட வந்திருந்த சில பேரைப் பாத்தேன். ரெண்டு பேருக்கு படைக்களப் பதவி உயர்வுகூட கெடச்சிருந்துது. மனசுக்குள்ள எனக்குப் பொறாமையா இருந்துது. ஆனா எனக்குக் காத்துக்கிட்டுருந்தது என்ன? இன்னும் கொஞ்ச நாள்ல என்னை ராணுவத்திலருந்து திருப்பிக்கூட அனுப்பிடலாம்.

கல்யாணம் ஆன ரெண்டாம் நாள் நா சைக்கிளை எடுத்துக்கிட்டு கூடப் படிச்ச பசங்களைப் பாக்கறதுக்கு சியாவ் ஆத்துப் பண்ணைக்குப் போறேன்னு சொல்லிட்டுக் கௌம்பினேன். நெஜத்தில லு–வென்–லீ–யோட அப்பாவோட என்னைக் கொன்னுபோடப் பாத்த அந்த காஸ்–51 ட்ரக்கைப் பாக்கணும்னுதான் போனேன். பண்ணையோட வண்டி நிறுத்தற எடத்தில அதைப் பாத்தேன். லு–வென்–லீ–யோட அப்பா ட்ரக்குக்குப் புதுசா பெயிண்ட் அடிச்சிக்கிட்டு இருந்தார். நா நடந்து அவரு முன்னாடிப் போனேன். சிகரெட் பாக்கெட்டை எடுத்து மரியாதையோட அவுருக்கு ஒரு சிகரெட் நீட்டினேன். “லு ஐயா, உங்களுக்கு என்னை அடையாளம் தெரியலியா?” அவரு சிரிச்சிக்கிட்டே தலைய ஆட்டினாரு. நா லு–வென்–லீ–யோட ஆரம்பப் பள்ளிக்கூடத்துல ஒன்னா படிச்சவன்னு சொன்னேன். பேரு மோ. மோ–ஷ்ஸியெ. அவரு திருப்பித்திருப்பிச் சொன்னாரு: “ஆ! ஆ! ஆ! ஞாபகம் வந்திடிச்சி. ஞாபகம் வந்திடிச்சி. அப்ப ஒரு வருசம் உங்க கிராமத்தில என் வண்டிய நிறுத்தி இருந்தப்ப, நீங்கல்லாம் தானே வண்டி கதவத் தெறந்து என் கையுறைங்களைத் திருடிக்கிட்டுப் போயிட்டது?” நா, “அது நா இல்ல. அது ஹெ–ட்சிர்–வு. அவன் உங்களோட கையுறைங்களை மட்டும் திருடலை, டயர்லருந்தும் காத்தைப் பிடிங்கி விட்டுட்டான்”ன்னு சொன்னேன். அவரு, “அந்தப் பொடியன். எனக்குத் தெரியும்”ன்னாரு. “சின்ன வயசிலருந்தே அவன் ஒரு கோணக் கழுத்து வாத்து. வெஷமக்காரன். அவன் என் டயர்லருந்து காத்த மட்டும் பிடிங்கி விடல. டயரோட காத்தடிக்கிற வால்வையும் புடிங்கிக்கிட்டுப் போயிட்டான். அதுக்கப்புறம் அவன் எங்கிட்ட பேச்சுவார்த்தைக்கு வர்றான். நா என்னோட யூனிபார்ம், தொப்பி எல்லாம் அவனுக்கு இரவல் தரணுமாம். இல்லன்னா தெருவுல இரும்பு ஆணிங்களைப் போட்டு வெச்சி வண்டி டயரப் பஞ்ச்சர் ஆக்கிடுவானாம். . .”

உடனே எனக்கு ஞாபகம் வந்திடுச்சி. பத்துப் பாஞ்சி வருசத்துக்கு முன்னாடி, லு–வென்–லீ–யோட அப்பாவோட காஸ்–51 ட்ரக்கு பெரிய தெருவுல நின்னுக்கிட்டு இருந்துது. ஆறு டயர்ல நாலு டயர் பஞ்ச்சர். லு–வென்–லீ–யோட அப்பாவுக்குக் கோபம் தலைக்கேறிடிச்சி. வாய்க்கு வந்தபடி திட்டிக்கிட்டு இருக்கார். அப்ப பள்ளிகூடத்திலகூட நா தான் பண்ணியிருப்பேன்னு சந்தேகப்பட்டு ரொம்ப நேரம் என்னை விசாரிச்சாங்க. பெரிய வாய் லியு வாத்தியார் பழுக்கக் காச்சின இரும்புக் கொக்கி ஒன்னுத்த என் முன்னாடி ஆட்டி உண்மைய ஒத்துக்கோன்னு மெரட்டினாரு. என் மனசுல ஒன்னும் இல்லாததால காச்சின கொக்கியப் பாத்து எனக்குப் பயமே வரல.

“லு–வென்–லீ எப்பிடி இருக்கா?”ன்னு அவரு கிட்ட கேட்டேன். “வேல பாக்கறா. நம்ம ஊரு ரப்பர் தொழிற்சாலைல”–ன்னு சொன்னாரு. “உங்க பண்ணையிலேயே வேல கெடச்சிருக்கிறது நல்ல விசயம்”ன்னு சொன்னேன். “நீங்க எல்லாரும் சேந்து வெச்சிருக்கிற பண்ணை. கூட்டுறவுப் பண்ணை”. அவரு, “உனக்குத் தெரியாதா? நிர்வாகத்த கோட்டத்து அரசுக்குத் திருப்பித் தந்தாச்சி. நெலத்தையும் குத்தகைக்கு விடணும். இதுக்கப்புறம் விவசாயிங்களுக்கும் எங்களுக்கும் வித்தியாசம் பெரிசா இருக்காது”ன்னு சொன்னாரு.

பாதி பெயிண்ட் அடிச்சியிருந்த காஸ்–51 ட்ரக்கையும், வண்டி நிறுத்துற எடத்தில ஒடஞ்சித் துருவும் பூஞ்சையுமா கெடந்த எந்திரங்களையும் சுட்டிக்காட்டி “என்ன பண்ணனும் இதெயெல்லாம்?”ன்னு கேட்டேன். “எதெல்லாம் விக்க முடியுமோ, வித்துடணும். விக்க முடியாததெல்லாம் பூஞ்ச புடிக்க விடவேண்டியதுதான்”ன்னு சொன்னாரு. “இந்த காஸ்–51 ட்ரக்கக் கூடவா விக்கணும்?”ன்னு கேட்டேன். அவரு, “கொஞ்ச நாள் முன்னாடி, நெய்–மங்–கு மாவட்டத்துலருந்து அந்த ஹெ–ட்சிர்–வு தந்தி அடிச்சிருந்தான். ரொம்ப வெலை, எட்டாயிரம் யுவான் குடுத்து இந்த ஒடஞ்ச வண்டிய வாங்கணுமாம். அந்தப் பொடியனுக்கு மூள கீள கொழம்பிப் போச்சோ என்னவோ? அஞ்சாயிரம் யுவான் குடுத்தா ஒரு புத்தம் புது ட்ரக்கையே வாங்கிடலாம். நீயே சொல்லு, அவன் எங்கிட்ட விளையாடறான்தானே?”ன்னு சொன்னாரு. என் மனசுல பல ஞாபகம் பொங்க நெனச்சிக்கிட்டேன். ஹெ–ட்சிர்–வு! டேய், ஹெ–ட்சிர்–வு! உன்னோட அதிபுத்தி மூளையில இப்ப என்ன யோசிச்சிக்கிட்டு இருக்க? ஒரு வண்டி வாங்க இவ்ளோ பணம் போடறன்னா, நீ பெரிய பணக்காரனா ஆயிருக்கணும். ஆனா எதுக்கு இப்படிக் கெழடு தட்டி ஒடஞ்சிப் போன ஒரு வண்டிய வாங்கணும்? முன்னாடி ஞாபகத்துக்குன்னாலும் ஒரேடியா இவ்ளோ பணத்த வீசணுமா? நா, “லு ஐயா, எனக்கும் அவன் ஏன் இந்த மாதிரி ஒரு வண்டிய வாங்கறான்னு புரியல. ஆனா அவன் உங்கள விளையாட்டுக் காமிக்கலன்னு நம்பறேன்”ன்னு சொன்னேன். அவரு, “அவன் இஷ்டம். அவன் நெஜமா வாங்க நெனச்சாலும் என் மனசுல இன்னும் கொஞ்சம் கஷ்டமாத்தான் இருக்கு. நீ யோசிச்சிப் பாரு. இந்த வண்டி எங்கூட எத்தன வருசமா இருக்கு? ரொம்ப நெருக்கம்.”

அவரு பேசறத நிறுத்திட்டு ட்ரக்கு பக்கம் திரும்பி மறுபடியும் பெயிண்ட் அடிச்சார். ஒரு ரெண்டு தடவ அடிச்சிட்டு என் பக்கம் திரும்பி “தம்பி, எந்த எடத்தில வேலை உனக்கு?”ன்னு கேட்டார். “ஹுவாங் மாவட்டத்துல”ன்னு சொன்னேன். “அப்பன்னா ப்பங்–லாய் கோட்டைப் படையோட 34ஆம் பட்டாளம் தானே?”ன்னு கேட்டார். “அதுக்குக் கீழ தான் வருவோம். 34ஆம் பட்டாளம் தான் எங்கள மேற்பார்வை பண்றது”ன்னு சொன்னேன். அவரு, “நானும் 34ஆம் பட்டாளத்தோட படைத்தலைவர் ஷ்ஸு–வும் ரொம்ப நாள் நண்பருங்க. நா எங்க பட்டாளத்துல ஒரு பிரிவுக்குத் தலைவனா இருந்தப்ப அவரு ஊழியர்களோட அதிகாரியா இருந்தார். நா பரபரப்போட “படைத்தலைவர் ஷ்ஸு எங்க எடத்துக்கு வந்து பேசி நா கேட்டுருக்கேன். என்ன ஆச்சரியம் பாருங்க! அவருக்கு ஏதாவது கொண்டு போய்க் குடுக்கணுமா? நா நாளை மறுநாள் திரும்பிப்

போறேன்". அவரு சுரத்தே இல்லாம "அவரு பெரிய படைத்தலைவர். நா ஒரு ட்ரக்கு டிரைவர். காக்கா புடிக்கற மாதிரி ஆயிடும்"ன்னு சொன்னாரு. நா எதோ சொல்ல வர்றதுக்குள்ள அவரு ட்ரக்குப் பக்கம் திரும்பி மறுபடியும் பெயிண்ட் அடிக்க ஆரம்பிச்சார். அவரு விசயம் பத்தி நா ஏற்கெனெவே கேள்விப்பட்டிருக்கேன். அவரு கொரியா போர்லருந்து திரும்பி வந்ததும் ஒரு பட்டாளத்துத் தலைவரா பதவி உயர்வு கெடச்சிது. எதிர்காலம் பிரகாசமா இருந்துது. ஆனா பரிதாபம், அவரும் நெறைய அபிலாசை இருக்குற மத்த ஆம்பிளைங்க மாதிரி, 'பின்னாடி வாலைத் தூக்கிகிட்டு, முன்னாடி குறியைத் தூக்கிக்கிட்டு'த் திரிஞ்சார். அவரோட பொன்னான எதிர்காலத்த அவரே கெடுத்துக்கிட்டார்.

நா பட்டாளத்துக்குத் திரும்புற அன்னைக்கு, நா வேணுமின்னே காலங்காத்தால கௌம்பி ஊருக்குள்ள போயி ஹுவாங் வரைக்கும் போற பஸ்சுக்கு டிக்கட் வாங்கினேன். பஸ் கௌம்ப இன்னும் ரெண்டு மணி நேரம் இருந்துது. அங்க கடைத்தெருவும் ரொம்ப சின்னது. நா கடகடன்னு அரை மணி நேரத்துல நடந்தே ஊருக்கு வெளிய இருந்த ரப்பர் தொழிற்சாலைக்கு வந்து சேந்தேன். வாசல்ல இருந்த காவல்காரத் தாத்தா கிட்ட லு–வென்–லீ பத்தி கேட்டேன். அவரு, அவ ராத்திரி ஷிப்ட்க்கு வருவா போலருக்குன்னு சொன்னாரு. கூடவே, அவளுக்கு நா என்ன வேணும், அவள எதுக்குப் பாக்கணும்னு கேட்டார். நா அவகூடப் படிச்ச பையன், ஊர்லருந்து வீட்டப் பாக்க வந்தப்ப, அப்படியே அவளையும் பாக்கலாம்னு வந்தேன்னு சொன்னேன். நா பட்டாளத்தான்ங்கறதப் பாத்திருப்பாரு போலருக்கு. அவரே, "நா வேணும்னா போய்க் கூப்பிட்டுப் பாக்கவா?"ன்னு சொன்னாரு. "ரொம்ப உதவியா இருக்கும்"ன்னு சொன்னேன். "நா போய்க் கூப்புடறேன், நீ முன்வாசல கொஞ்சம் பாத்துக்க"ன்னாரு. ரயிலை விட்டுடுவனோன்னு பயந்துகிட்டே நா அடிக்கடி என் கைக்கடியாரத்தைப் பாத்துக்கிட்டு இருந்தேன். என்கூட வேலை பாக்கறவனோட 30 யுவான் 'காலச் சிகரம்' பிராண்ட் கைக்கடியாரத்தை எரவல் வாங்கிக் கட்டியிருந்தேன்.

ரொம்ப நேரம் கழிச்சி அந்தத் தாத்தா அவளக் கூட்டிக்கிட்டு வர்றதப் பாத்தேன். அவ தோளில ஒரு மேல்கோட்டைச் சுத்திக்கிட்டு இருந்தா. செகப்பு நிறத்துல கால்சட்டை போட்டுக்கிட்டு, செருப்பு போட்டுக் கிட்டுத் தள்ளாடி நடந்து வந்தா. கலைஞ்ச தலை முடி. கண்ணுல தூக்கம். அடிக்கடி கொட்டாவி வேற. நா சட்டுன்னு முன்னாடி போயி அவ பேரச் சொல்லிக் கூப்பிட்டேன். அவ என்னை ஏற எறங்கப் பாத்தா. எந்த உணர்ச்சியும் இல்லாம, "நீயா? எதுக்கு என்ன பாக்கணும்ன?"ன்னு கேட்டா. நா ரொம்ப சங்கடத்தோட, "ஒன்னுமில்ல... பட்டாளத்துக்குத் திரும்பிப் போறேன்... வண்டி கௌம்ப கொஞ்சம் நேரம் இருந்துது... சும்மா வந்து, பள்ளித் தோழியப் பாத்துட்டுப் போலாமேன்னு... நேத்து சியாவ் ஆத்துப் பண்ணைக்குப் போனேன். உங்கப்பாவப் பாத்தேன். அவரு நீ இங்க வேலை செய்யறன்னு சொன்னாரு. . ." அவ பொறுமையில்லாம, "விசயம் ஒன்னுமில்லன்னா, நா திரும்பிப் போய் தூங்கறேன்"ன்னு சொல்லிட்டு திரும்பி நடந்து போயிட்டா. நா திரும்பிப் போறவளையே வெறிச்சிக்கிட்டு நின்னுக்கிட்டு இருந்தேன். மனசு முழுக்க சோகமா இருந்துச்சி.

நா பட்டாளத்துக்குத் திரும்பிப் போன ரெண்டு மாசத்துக்குள்ள என்னை பாவ்–திங் பயிற்சிப் பிரிவுக்கு மாத்தறதா ஆணை வந்துது. நா கல்யாணத்துக்குப் போனப்ப எனக்கு ‘காலச் சிகரம்’ பிராண்ட் கைக்கடிகாரம் எரவல் தந்த எங்கூரு பையன் பெருமூச்சு விட்டுக்கிட்டு, “கல்யாணம் பண்ணிக்கிட்டா அதிர்ஷ்டம் வரும் போலருக்கு. கொஞ்ச நாள்ல நாங்கூட கல்யாணம் பண்ணிக்க ஊருக்குப் போறேன்”ன்னு சொன்னான். நா கௌம்பறத்துக்கு முன்ன எங்க காவல் பிரிவுக்கும் ஊழியர் பிரிவுக்கும் ஒரு கூடைப்பந்து போட்டி நடந்துது. அன்னைக்கி அதிர்ஷ்டம் என் பக்கம் இருந்துது. பெரும்பாலும் நா போட்டதெல்லாம் கூடையில போய் விழுந்துது. என் வாழ்க்கைல அன்னைக்குத்தான் என் ஆட்டம் சிறப்பா இருந்துது.

செப்டம்பர் பத்தாம் தேதி, நானும் ஒரு வேலையா பெய்–சிங் போகவேண்டியிருந்த டெக்னிசியன் மா–வும் ஒன்னா கௌம்பினோம். த்தியன்–ஹூ எங்களை ரயிலடி வரைக்கும் காஸ்–51 ட்ரக்குல கொண்டுபோய் விட்டான். காஸ்–51ஐ, மறுபடியும் பாப்போம். இல்ல, மறுபடி பாக்க மாட்டோம். இதான் கடைசிப் பிரிவு. இந்த ட்ரக்க நா மறுபடியும் பாக்கவே இல்ல. அத்தோட மீதி ஓட்ட ஒடைசல் இப்ப எங்க இருக்கு? அப்புறம், லு–வென்–லீ–யோட அப்பாவோட காஸ்–51 ட்ரக்க நெஜமாவே ஹெ–ட்சிர்–வு வாங்கிகிட்டுப் போயிட்டான்னு ஊர்க்காரங்க சொன்னாங்க. ஹெ–ட்சிர்–வு அந்த ட்ரக்க எடுத்துக்கிட்டு எங்க பெரிய தெருவிலயும் எங்க பள்ளிக்கூட மைதானத்துலயும் பல சுத்து வந்து, அவனோட ‘லு–வென்–லீ–யோட அப்பாவா ஆகணும்’ங்கற கனவ நெனவாக்கிட்டு புழுதி பறக்கக் கௌம்பிப் போயிட்டானாம்.

நா பாவ்–திங் வந்ததும் மொதல்ல குழுத் தலைவனா, அந்த வருசம் மேல்நிலைப் பள்ளிக்கூடத்தில படிப்ப முடிச்சிட்டு பட்டாளத்துக்கு வர்ற பசங்களுக்குப் பயிற்சி தர வேலையைப் பாத்தேன். அவங்க ரெண்டு வருசம் படிப்பாங்க. இது கல்லூரில படிச்ச மாதிரி. முடிச்சதும் பட்டம் வாங்கிக்கிட்டு 23ஆம் மட்டத்து அதிகாரிங்களா வேலையில சேந்துடுவாங்க. அவங்க படிக்கறது ஒரு சிறப்புப் பாடம். அதுக்கு ஒரு நீளமான பேரு இருக்கு. நெஜத்துல பாத்தா, காதுல போனை மாட்டிக்கிட்டு தந்தில வர்றத காயிதத்தில எழுதற வேலை.

ஒரு மாசம் முடிஞ்சிது. பயிற்சி முடிஞ்சிது. என்னைத் தொடர்ந்து அங்கேயே பாதுகாப்புத் துறையில வெச்சிக்கிட்டாங்க. கூடவே அந்த அதிகாரிப் பயிற்சில இருக்கிற பசங்களுக்குத் தத்துவமும் அரசியல் பொருளாதாரமும் கத்துத் தர்ற வேலை. எனக்கு இந்தத் துறைங்களப் பத்தி ஒன்னும் தெரியாது. வாத்தைப் பிடிச்சித் தள்ளிப் படியில ஏத்தற மாதிரிதான். ஆரம்பிச்சப்ப பெண்டு கழண்டு போச்சி. ஒரு செமெஸ்டர் நடத்தினதுக்கு அப்புறம் நானே சுதாரிச்சிக்கிட்டேன்.

இதுக்கப்புறம், இன்னும் சாகாமக் கெடந்த என்னோட இலக்கிய ஆர்வம் நெஜமாவே துளிர்க்க ஆரம்பிச்சிது. பலப்பல தோல்விகளுக்கு அப்புறம் கடைசியா 1981ஆம் வருசம் செப்டம்பர் மாசம், ‘வசந்த கால மழையிரவு’ங்கற என்னோட மொதல் சிறுகதை பாவ்–திங்–லருந்து வந்த ‘தாமரைத் தடாகம்’ங்கற பத்திரிகைல வெளியாச்சி. ரெண்டாவது வருசம்

வசந்த காலத்தில அதே பத்திரிகைல 'அசிங்கமான போர்வீரன்'ங்கற சிறுகதை வெளியாச்சி. ஒரு சிப்பாய், அதிகாரிங்க செய்ய வேண்டிய வேலையச் செய்யறவன், படிக்க வந்த பசங்களுக்கு ஓயாம தெறமையா மார்க்ஸிசம் பத்திச் சொல்லித் தர்றவன், கூடவே சிறுகதையும் எழுதுவான்னா நாலு பேர் கவனம் திரும்பத்தான் செய்யும்.

1981ஆம் வருசம் நவம்பர் மாசம் மூணாம் தேதி மகள் பொறந்தா. அவளுக்குப் பேர் வெக்கறப்ப, ஹூ–நான்–ல வேல செய்யற என் அண்ணன், 'தாமரைப் பிரியா'ன்னு பேர் வெச்சாரு. இது என்னோட மொதல் கதை வெளியான 'தாமரைத் தடாகம்' பத்திரிகை ஞாபகமாவும் ஸோங் பேரரசுக் காலத்துல 'பிரியத்துக்குரிய தாமரை' கட்டுரைய எழுதின ட்சோவ்–துன்–யீ ஞாபகமாவும் வெச்ச பேர். எனக்கு அந்தப் பேர் ரொம்ப சாதாரணமா பட்டுது. அதனால அவளுக்கு 'ஷ்ஸியாவ்–ஷ்ஸியாவ்'–ன்னு பேர் வெச்சேன். 'குட்டிப் புல்லாங்குழல்'ன்னு அர்த்தம். சீன மொழியில இப்படி எழுதணும்: '筱箫'. ஆனா அவ பள்ளிக்கூடம் சேந்ததும் அவளோட வாத்தியார் அவ பேர எழுதறதுக்குச் சிக்கலா நெறைய கோடு போட வேண்டியிருக்குன்னு, அதே உச்சரிப்பு வர்ற, ஆனா எழுதறத்துக்கு எளிமையா இருக்கிற '笑笑' அப்படீங்கற பேரை வெச்சிட்டாங்க. இந்தப் பேரோட உச்சரிப்பும் 'ஷ்ஸியாவ்–ஷ்ஸியாவ்" தான். ஆனா, 'சிரி சிரி'ன்னு அர்த்தம். அப்போலருந்து இதுவரைக்கும் அவ 'சிரி சிரி' தான்.

மேலிடத்துல இருக்கிற பெரியவங்க பல பேரோட உதவியால 1982ஆம் வருசத்து கோடைக் காலத்துல, நா விடுமுறைல வீட்டுக்குப் போயிருந்தப்ப, விதிமுறைங்கள மீறி என்னை அதிகாரியா பதவி உயர்வு பண்ணியிருக்காங்கங்கற கடிதாசி கெடச்சிது. என்னை ஒரு பயிற்சி அதிகாரியா நியமனம் பண்ண அந்த உத்தரவுக் கடிதாசி இன்னும் என்னோட கோப்புல எங்கயோதான் இருக்கணும். எனக்கு நல்லா ஞாபகம் இருக்கு. அந்தக் கடிதாசிய எங்க அப்பாதான் கொண்டு வந்தார். நா அந்த நல்ல விசயத்தப் படிச்சி அவருகிட்டச் சொன்னப்ப அவரு கண்ணுல என்னை உணர்ந்துக்க விடற மாதிரியான ஒரு நெகிழ்ச்சியும் கூடவே வெறிச்சோடின மாதிரி ஒரு ஒளிர்வும் தெரிஞ்சிது. அவரு ஒன்னும் சொல்லாம, கலப்பைய எடுத்துக்கிட்டு வயலுக்குப் போயிட்டார். எங்கப்பாவோட இந்த வெளிப்பாடு உடனே எனக்கு எங்க பக்கத்துக் கிராமத்துல இருக்கிற சொந்தக்காரத் தாத்தாவோட வெளிப்பாட்டை ஞாபகப் படுத்திடுச்சி. அவரு மகனுக்குப் பதவி உயர்வு கெடச்சப்ப கையில சேகண்டிய எடுத்துக்கிட்டு அடிச்சபடி கிராமம் முழுக்கப் போய், "எம் மவன் அதிகாரி ஆயிட்டான்! எம் மவன் அதிகாரி ஆயிட்டான்!"ன்னு கத்தினாராம். எங்கப்பா இந்த விசயத்தை அடக்கமாக் கையாண்ட விதம் எனக்கு அவரோட தன்மை, தரம், அனுபவத்தையெல்லாம் பத்தி ஆழமா சொல்லுச்சி.

1984ஆம் வருசத்து இலையுதிர் பருவத்தில நா பரிட்சை எழுதி ராணுவக் கலை மையத்துல சேந்தேன். சேந்த கொஞ்ச நாள்லயே பேர் வாங்கித் தந்த 'ஒளி ஊடுருவும் கேரட்'ங்கற என்னோட படைப்பு வெளிவந்துது. அதுக்குக் கொஞ்ச நாள்லயே 'சிகப்புச் சோளம்' (*Red Sorghum*) வெளிவந்துது. பெரிய பரபரப்பை ஏற்படுத்திச்சி. 1986ஆம் வருசம்

நா விடுமுறைல வீட்டுக்குப் போயிருந்தப்ப கடைத்தெருவுல காய்கறி வாங்கிக்கிட்டு இருந்தேன். பக்கத்து கிராமத்துல இருக்கிற வான்–ன்னு ஒரு ஆளப் பாத்தேன். அவரு என்னைப் பிடிச்சி நிறுத்தி, கண்ணெல்லாம் விரிச்சிக்கிட்டு ஊளையிடற மாதிரி "நீ பணக்காரனா ஆயிட்டன்னு கேள்விப்பட்டேனே? ஒரே நாவலைப் பத்து லட்சத்துக்கு வித்தியாமே?"ன்னு உரக்கக் கேட்டாரு. இந்தக் காலத்துல ஒரு நாவலுக்குப் பத்து லட்சம் யுவான் கெடைக்கிறது நடக்கக்கூடியதுதான். ஆனா அந்தக் காலத்துல அது சந்தேகமே இல்லாம வெறும் உளறல்தான். அவரு உடனே, நா விளக்கம் சொல்றதுக்குக் காத்துக்கிட்டு இருக்காம, "பயப்படாதப்பா, நா உங்கிட்ட வந்து கடன் கேக்க மாட்டேன். எம் மவன் பரிட்சை எழுதி அமெரிக்காவுல படிக்கப் போயிட்டான். இன்னும் கொஞ்ச வருசத்தில டாலர் கொட்டிக் கெடக்கும்"ன்னு சொன்னாரு.

1987ஆம் வருசத்து இலையுதிர் பருவத்தில 'சிகப்புச் சோளம்' கதையைப் படமா எடுக்க, டைரக்டர் ட்சாங்–யீ–மோவ், நடிகை கொங்–லீ, நடிகர் சியாங்–வென் எல்லாரையும் காவ்–மீ–க்குக் கூட்டிக்கிட்டு வந்தார். மொத மொதல்ல அந்தப் படத்தோடப் பேர் (செப்டம்பர் ஒம்போதாம் தேதி ட்ச்சிங்–ஷா–க்கோவ்–ங்கற எடத்தில நடந்த ஒரு கொடூர சம்பவத்தை அடிப்படையா வெச்சி) 'ட்ச்சிங்–ஷா–க்கோவ், செப்டம்பர் 9'ன்னு இருந்துது. படத் தயாரிப்பு வண்டியோட பக்கத்திலேகூட 'ட்ச்சிங்–ஷா–க்கோவ், செப்டம்பர் 9'ன்னு சிகப்பு நிறத்துல எழுதி வெச்சிருந்தாங்க. ஏன் அப்போ 'சிகப்புச் சோளம்'ன்னு கூப்பிடல? ஏன் படம் எடுத்து முடிஞ்சதுக்கு அப்புறம் 'சிகப்புச் சோளம்'ன்னு கூப்பிட்டாங்க? நா கேக்கலை. அவங்களும் சொல்லலை.

அந்தக் காலத்துல எங்க காவ்–மீ கோட்டத்து வடகிழக்கு ஆளுங்களப் பொறுத்தவரைக்கும் படம் எடுக்கறதுன்னா ஒரு புத்தம் புது அனுபவம். இந்த வானத்தையும் பூமியையும் ஆண்டவன் படைச்ச நாள்லருந்து ஒருத்தரும் எங்களோட இந்த வனாந்திரப் பக்கம் வந்து படம் எடுத்ததே இல்ல.

படப்பிடிப்பு தொடங்கறதுக்கு முன்னாடி நா நடிகர்களையும் தயாரிப்புக் குழுவில இருந்தவங்களையும் வீட்டுக்கு விருந்துக்குக் கூப்பிட்டேன். ட்சாங்–யீ–மோவ், சியாங்–வென் எல்லாரும் மேல சட்டையே போட்டுக்காம மொட்டத் தலையோட வந்தாங்க. தோலெல்லாம் வெய்யில்ல கறுத்துப் போயிருந்துது. கொங்–லீ ஒரு கதர் உடுப்பைப் போட்டுக்கிட்டு வந்திருந்தாங்க. கிராமத்துப் பொண்ணுங்க மாதிரி தலைய சீவிக்கிட்டு ஒப்பனை எதுவும் இல்லாம, பாக்க பிரமாதமா இல்லாத ஒரு கிராமத்து மனுஷி மாதிரி இருந்தாங்க. எங்க கிராமத்து ஜனங்க சினிமா நடிகைங்கன்னா வானத்திலருந்து எறங்கி வந்த தேவதைங்க மாதிரி இருப்பாங்கன்னு நெனச்சிக்கிட்டு இருந்தாங்க. ஆனா, கொங்–லீ–யப் பாத்ததும் பெரிய ஏமாத்தமாப் போச்சி. யாரு யோசிச்சிருக்க முடியும், இந்தக் கொங்–லீ இன்னும் பத்து வருசத்துல ஒரு உலக அளவிலான பெரிய கதாநாயகியா, நறுவிசும் நளினமும் சரசமுமா எல்லாரையும் ஏங்க வெக்கறவளா மாற முடியும்னு?

படப்பிடிப்பு துவங்கின நாள் கூட்டம் நெருக்கி அடிச்சிது. அஞ்சாறு கிலோமீட்டர் தூரத்துல இருந்தெல்லாம் சைக்கிள்ல வந்த பார்வையார்களும் இருந்தாங்க. பக்கத்து ஊருங்கள்ல இருந்து வண்டியில வந்த தலைவர்களும் இருந்தாங்க. ஆனா, எல்லாருமே ரொம்ப எதிர்பார்ப்போட வந்து ரொம்ப ஏமாத்தத்தோட திரும்பிப் போனாங்க. படக் குழுவினர் எல்லாம் எங்க வட்டத்து விருந்தினர் விடுதில தங்கி இருந்தாங்க. அங்க அறைக்குள்ள ஏஸியும் கெடையாது, கழிப்பறையும் கெடையாது. அந்தக் காலத்துல வட்ட அளவுல இருக்கிற எல்லா விருந்தினர் விடுதியுமே பெரும்பாலும் அப்பிடித்தான் இருக்கும். அந்தக் காலத்து சினிமா நட்சத்திரங்களும் இந்தக் காலத்து நட்சத்திரங்கள் மாதிரி பெரிய பந்தா பண்ணமாட்டாங்க. படக்குழு கௌம்பிப் போனதுக்கு அப்புறம் என் நண்பன் ஒருத்தன், "ரொம்ப பேருக்கு நடிகருங்க பத்தின அபிப்ராயமே சரியில்லை"ன்னு சொன்னான். "முக்கியமா அந்த சியாங்–வென் – டிரங்க் கால் போட்டு நாலு மணி நேரத்துக்குப் பேசறார்". நா, "டிரங்க் கால் பேசினதுக்கு பணம் கொடுத்தாரா இல்லையா?"ன்னு கேட்டேன். குடுத்தாருன்னு சொன்னான். "அவரு பணம் குடுத்திட்டாருன்னா, இப்படி மத்தவங்க விசயத்துல மூக்க நொழச்சி உனக்கு என்ன ஆவப் போவுது?"ன்னு கேட்டேன். இப்ப இந்த மாதிரி மத்தவங்க விசயத்தில போய் மூக்க நொழைக்கறவங்க யாரும் இல்லன்னு நெனக்கறேன். எல்லாரும் மத்தவங்க விசயத்துல மூக்க நொழைக்கறதுல இருந்து, அவங்கவங்களோட விசயங்கள தனிப்பட்ட விசயமா விட்டுடற நெலமைக்கு சீனா இன்னைக்கு வந்திருக்கிறது ஒரு நல்ல முன்னேற்றம்.

சமீபத்தில டிவில எண்பதுகள்ல நடிச்ச ஒரு நடிகர் 'நடத்தை தவறின குற்றத்துக்காக' பத்து வருசம் ஜெயில்ல இருந்துட்டு வெளிய வந்து, தான் அனுபவிச்சதப் பத்திப் பொங்கிக்கிட்டு இருந்ததப் பாத்தேன். உண்மை தான். அவரு பல பொண்ணுங்களோட ரெண்டு பக்க சம்மதத்தோட உறவு வெச்சிருந்தார். அதை மோசமான குற்றமா பாத்தாங்க. அப்ப இந்த வழக்கப் பத்தி தேசிய அளவுல பரபரப்பா பேசினாங்க. பெரும்பாலானவங்க தப்புக்கேத்த தண்டனை கெடச்சிதுன்னுதான் நெனச்சாங்க. யாரும் அது தப்புக்குப் பொருத்தமில்லாத தண்டனைன்னு நெனைக்கலை. ஒருவேளை அந்தக் காலத்து அளவுகோலை வெச்சி இப்போ இருக்கற சமூகத்தோட ஆம்பளை பொம்பளைங்களை அளந்தோம்னா...இன்னும் எத்தனை ஜெயில் வேணும்பா!

அந்தப் படக்குழுவோட எந்த சந்துலருந்து புடிச்சிக்கிட்டு வந்தாங்கன்னு தெரியாத ஓட்டை வண்டியப் பாத்த உடனே எனக்கு லு–வென்–லீ–யோட அப்பா ஹெ–ட்சிர்–வு–வுக்கு வித்த காஸ்–51 ட்ரக்கு ஞாபகத்துக்கு வந்திடுச்சி. பார்வைக்கும் நெறத்திலயும் சில ஒத்துமைங்க இருந்துது. ஆனா கிட்டப் போயி பாத்தா முன் பாகம் வித்தியாசமா இருந்த மாதிரி பட்டுது. நெய்–மங்–கு மாவட்டத்துல ஹெ–ட்சிர்–வு இருக்கறதா கிராமத்து ஆளுங்க சொல்லக் கேள்விப்பட்டேன். இன்னும் அந்த காஸ்–51 ட்ரக்கு அவனுக்குக் கடமைய செஞ்சிக்கிட்டு இருக்கா?

ஆறு

1988ஆம் வருசம் ஆகஸ்டு மாசம், நா பரிட்சை எழுதி பெய்–சிங் நார்மல் பல்கலைக்கழகமும் லு–ஷ்ஸுன் இலக்கியக் கழகமும் சேந்து நடத்தின பட்ட மேற்படிப்புல மாணவனா சேந்தேன். 1984ஆம் வருஷம் பரிட்சை எழுதி ராணுவக் கலை மையத்துல சேந்ததை ஒப்பிட்டா இந்த தடவ எனக்கு அப்படி ஒன்னும் பெரிய பரபரப்பெல்லாம் இல்ல. 1984ல ராணுவக் கலை மையத்துல எனக்கு எடம் கெடச்சிதுன்னு தகவல் வந்தப்போ எனக்குச் சந்தோசத்துல தல கால் புரியல. மொதல்ல கல்லூரில படிக்கணும்ங்கற கனவு நெனவாச்சி. ரெண்டாவதா இலக்கியம் படிக்கணும்ங்கற கனவு நெனவாச்சி. இந்தத் தடவ, பட்ட மேற்படிப்பு வகுப்புல சேந்து படிச்சி முடிச்சா, எம்.ஏ பட்டம் கெடைக்கும்னாலும் எனக்கு ஏற்கனவே போலிப் பிரபலம் கெடச்சிருந்துது. இலக்கியம்னா என்னன்னு ஓரளவு புரிஞ்சிருந்துது. ஒரு எழுத்தாளனுக்கு எழுத்தவிட படிப்பு, பட்டம் எல்லாம் பெரிய விசயமில்லன்னு தெளிவு இருந்துது. அதனால மொதல்ல நா இந்த படிப்புக்குப் போய்ச் சேரவே வேணாம்னுதான் இருந்தேன். அப்புறம் கொஞ்ச பேர் எனக்குப் புத்தி சொல்லி தொலைநோக்குப் பார்வையோட வந்த வாய்ப்பப் பயன்படுத்திக்கிட்டு கொஞ்சம் ஆங்கிலமும் கத்துக்கோ, பின்னாடி ரொம்ப பயன்படும்னு சொன்னாங்க. இந்த யோசனை சந்தேகமே இல்லாம நூத்துக்கு நூறு உண்மைதான்.

நா நெஜமாவே ரெண்டு மாசம் ரொம்பத் தீவிரமா படிச்சேன். சில நூறு ஆங்கில வார்த்தைங்களையும் மனப் பாடம் பண்ணேன். ஆனா சீக்கிரமே மாணவர் போராட்டம் வெடிச்சிது. நெலம நாளுக்குநாள் மோசமாயிக்கிட்டே இருந்துது. நெறைய பேருக்குப் படிப்புல மனசு போகல. எனக்கு அடிப்படையாவே விடாமுயற்சி கெடையாது. இதையே சாக்கா வெச்சி என்னைச் சமாதானப்படுத்திக்கிட்டு ஆங்கிலம் படிக்கிற விசயத்த என் மூளையோட பரண்ல தூக்கிப் போட்டுட்டேன். பின்னாடி அடிக்கடி வெளிநாடு போக

வேண்டி வந்தப்ப, ஒவ்வொரு தடவையும் ஆங்கிலம் படிக்க வாய்ப்பு இருந்தப்ப நல்லா படிக்காமப் போயிட்டத நெனச்சி வருத்தப்படுவேன். கொஞ்ச வருசத்துக்கு முன்னகூட நடைமுறைக்குப் பயன்படற மாதிரி கொஞ்சம் ஆங்கிலப் பதங்களைக் கத்துக்கலாம்னு யோசனை வந்துது. இப்பல்லாம் அந்த யோசனைகூட இல்லை. நா எதிர்பாக்கறதெல்லாம் ஏதாவது அறிஞருங்க சீக்கிரமா ஒரு எளிமையான, வசதியான, விரைவான, துல்லியமான மொழிபெயர்ப்புக் கருவியக் கண்டுபிடிக்கணும். அது என்னோட வெளிநாட்டுப் பயணத்தோட சிரமத்தக் குறைக்கும்.

*1990*ஆம் வருசத்து வசந்த காலத்துல நா ஊருக்குத் திரும்பிப் போய், பழசா கெடந்த கட்டடங்களை இடிச்சிப் போட்டு ஒரே மாசத்தில நாலு புது கட்டிடங்களக் கட்டினேன். இந்த நேரத்துல திரும்பி வரணும்னு கல்லூரிலருந்து அடிக்கடி தந்தி வந்துக்கிட்டு இருந்துது. நா திரும்பிப் போய் சேந்ததும் அதிகாரிங்க நீயே கல்லூரிலருந்து விலகிடு–ன்னு வற்புறுத்தினாங்க. நா ரொம்பெல்லாம் யோசிக்காம ஒத்துக்கிட்டேன். அப்புறம் கூடப் படிச்சவங்க நெறையப் பேர் எனக்காகக் கெஞ்சி, பெய்–சிங் நார்மல் பல்கலைக்கழகப் பேராசிரியர் த்தொங் கருணையால, என்னோட இடத்தைத் தக்க வெச்சாங்க. நாங்க பட்டம் வாங்கின அன்னைக்கு, சரியா பாரசீக வளைகுடாப் போர் வெடிச்ச மொதல் நாள். பட்டமளிப்பு விழா அவசரகோலத்தில முடிஞ்சிது. விருந்து இல்ல, ஆட்டம் இல்ல. திரைப்படப் பிரிவுல படிச்சிக்கிட்டு இருந்த ஒரு சின்னப் பையன் அவனோட மூணு சக்கர மோட்டார்ல என்னைக் கொண்டுபோய் விட்டான்.

தங்கறதுக்கு எடம் இல்லாததால சிதிலமாயிப் பாழடஞ்சிக் கெடந்த ஒரு கிடங்குலதான் வசிக்க ஏற்பாடு பண்ணியிருந்துது. கிடங்குல எலி மந்தையே இருந்துது. ராவெல்லாம் தொந்தரவு. ஒரு பொம்பள எலி என்னோட துணிப் பெட்டில குடித்தனமே நடத்தி குட்டியெல்லாம் போட்டுச்சி. அது நடந்து ஒரு சில வருசங்களுக்கு அப்புறம்கூட என்னோட துணியில, படுக்கையில இருந்தெல்லாம் எலி மூத்திர நாத்தம் அடிக்கற மாதிரியே இருந்துது. கிடங்குல காரையில செஞ்ச தலைவர் மாவ்–ட்ஸ–தொங்–கோட செலைங்க ஒரு பத்து இருந்துது. நா அந்த பத்துச் செலைங்களைக் கதவுக் கிட்டயும் படுக்கையச் சுத்தியும் காவல் மாதிரி வெச்சேன். எழுத்துலகத்தச் சேந்த சில நண்பர்கள், நகரத்து மைதானத்துல எல்லாம் நிறுத்தியிருந்த ஆயுதக் காவல்காரங்களைத் தாண்டி என்னைப் பாக்க உள்ள வருவாங்க. என்னோட படை அணிவகுப்பப் பாத்ததுமே தலைவர் மாவ்–வையே என்னோட காவல் படையாவும் மெய்க்காப்பாளராகவும் வெச்சிருக்கறதால, சீன நாட்டுலேயே ஆகப் பெரிய மேதை நா தான்னு சொல்லுவாங்க. எங்க பட்டாளத்துல எனக்கு ஒரு ரெண்டு அறை இருக்கிற வீடு தர்றத்துக்கு ரெண்டு வருசம் ஆச்சி. நா வீடு மாத்திக்கிட்டுப் போனேன். ஆனாலும் நா தலைவர் மாவ் கூட வாழ்ந்த நாளுங்களை அடிக்கடி நெனச்சிப்பேன்.

*1992*ஆம் வருசம் வசந்த காலத்தில யாரோ திடீர்ன்னு என் கதவத் தட்டினாங்க. கதவத் தெறந்து பாத்தா, ரொம்ப வருசமா பாக்காத ஹெ–ட்சிர்–வு. எப்படி என் வீட்டக் கண்டுபிடிச்சே?–ன்னு கேட்டதுக்கு அவன்

சிரிச்சான். ஆனா பதில் சொல்லல. எங்க பக்கத்துல சொல்லுற மாதிரி, "வேண்டுதல் இல்லாம கோயிலுக்குப் போவாங்களா?"ன்னு சொன்னான். "என்ன வேணும்னு சொல்லு, நா செய்யக் கூடியதா சொல்லு, நிச்சயம் செஞ்சிடலாம்"ன்னேன். அவன் நெய்–மங்–கு மாவட்டத்துல போக்குவரத்துத் துறையில முழு நேரம் வேலை செஞ்சிக்கிட்டு இருக்கறதாகவும் காவ்–மீ–க்குத் திரும்பிப் போக விரும்பறதாகவும் அது மூலமா அவனோட வயசான அம்மா அப்பாவைப் பாத்துக்க விரும்பறதாகவும் சொன்னான். நா காவ்–மீ கோட்டத்து ஆணையருக்கு ஒரு கடிதாசி எழுதி ஹெ–ட்சிர்–வு–வுக்குக் குடுத்து அவனையே போய் ஆணையரைப் பாக்கச் சொன்னேன். அப்ப அவனோட காஸ்–51 ட்ரக்கு பத்தி விசாரிச்சேன். அவன் என்னை உத்துப் பாத்து, "உனுக்குத் தெரியாதா?"ன்னு கேட்டான். "ட்சாங்–யீ–மோவ் சினிமா ஆளுங்களுக்கு வித்துட்டேன். செவப்புச் சோளம் படத்துல சியாங்–வென்–னும் மத்தவங்களும் செவப்புச் சோள சாராயப் பானைங்களைத் தூக்கிப் போட்டு அந்த வண்டியையே ஒரு வெடிகுண்டாட்டம் வெடிக்க வெக்கறாங்களே, அந்த ட்ரக்குதான் லு–வென்–லீ–யோட அப்பா ஓட்டின காஸ்–51 ட்ரக்குப்பா"ன்னு சொன்னான். "பாத்தியா, உன்னோட 'சிவப்புச் சோளம்' படத்துக்கு என்னாலானத நானும் பண்ணியிருக்கேன்"ன்னான். நா, "வண்டியோட முன் பாகம் அதே மாதிரி இல்லையே?"ன்னு கேட்டேன். "என்னா நீ இப்புடி மடையனா இருக்க? அந்த சினிமா கும்பல்ல எல்லாம் கில்லாடிங்க. அவுங்க ஒன்னுத்தையும் மாத்தாமையே ஒரு சோவியத் ட்ரக்க ஜப்பான் ட்ரக்குன்னு காமிப்பாங்களா? மாட்டிக்க மாட்டாங்க?"ன்னு சொன்னான். "என்ன விலைக்கு வித்த?"ன்னு கேட்டேன். அவன், "பழைய இரும்பு வெலைக்கு. அந்த ட்ரக்கு எங்கப்பா வீட்டு முத்தத்துலயே நின்னுக்கினு இருந்துது. அத்த என்னா பண்றதுன்னு எனுக்குத் தெரில. கடைசீல இந்த வாய்ப்பு வந்துது. அந்த ட்ரக்குக்கு ஒரு பிரமாதமான இறுதிக்கட்டம் கெடைக்க வெக்க முடிஞ்சுது"ன்னு சொன்னான்.

93 ஆரம்பத்துல நா சீனப் புத்தாண்டு கொண்டாட காவ்–மீ–க்கு வந்தேன். ஹெ–ட்சிர்–வு என்னைப் பாக்க வந்தான். அவன் மாத்தலாகித் திரும்பி வந்துட்டதா சொன்னான். காவ்–மீ–ல இருக்குற ட்சிங்–தாவ் மாவட்டத்தோட அலுவலகத்தில வேலையாம். நீ விசயமுள்ள ஆளுன்னு சொன்னேன். உன் கடிதாசி செஞ்ச வேலதான்னு அவன் சொன்னான்.

அதுக்கப்புறம் கொஞ்ச வருசத்துக்கு அவன் அடிக்கடி பெய்–சிங் வருவான். வரும்போதெல்லாம் ரொம்ப விலை விக்கற எடங்கள்ள சாப்பிடக் கூட்டிக்கிட்டுப் போவான். பெரிய பணம் சம்பாரிச்சிட்டான்னு பட்டுது. பல தடவ என்னை ட்சிங்–தாவ் வரச் சொல்லிக் கூப்பிடுவான். காவ்–மீகூட தொடர்பெல்லாம் விட்டுப் போச்சின்னு சொன்னான். இப்ப சொந்தமா தொழில் தொடங்கிட்டானாம். தொழில் நல்லா போயிக்கிட்டு இருக்காம். நா போனாப் போதும், மத்ததெல்லாம் அவன் பாத்துக்குவானாம்.

அவன் மூலமா எங்ககூடப் படிச்சவங்களப் பத்தித் தெரிஞ்சுக்குவேன். அவன் எங்ககூடப் படிச்சவங்க பத்தித் தெரிஞ்சி வெச்சிருந்துது மட்டுமில்ல, எங்க வாத்தியாருங்க பத்தியெல்லாம்கூட நல்லா தெரிஞ்சி வெச்சிருந்தான்.

அவன் மூலமா, எங்களுக்குக் கட்டுரை எழுதச் சொல்லித்தந்த ட்சாங் வாத்தியார் வட்டத்து உயர் மேல்நிலைப் பள்ளிக்கூடத்துல பயிற்சித் தலைவரா இருந்து ஏற்கெனெவே பணி ஓய்வு அடைஞ்சிட்டார்ன்னு தெரிஞ்சிக்கிட்டேன். ரெண்டு பசங்க. ஒருத்தன் மர வியாபாரம் பண்றான். இன்னொருத்தன் ச்சங்–நான்–ல கட்சி அணிச் செயலாளரா இருக்கான். அந்தப் பெரிய வாய் லியு வாத்தியார் பிரமாதமா வட்டத்துக் கல்வி இணை இயக்குனர் பதவி வரைக்கும் போயிட்டார். அவரு மனைவி செத்ததுக்கு அப்புறம், சின்ன வயசிலேயே விதைவையாயிட்ட லூ–வென்–லீ–யைக் கல்யாணம் பண்ணிக்கிட்டார். லூ–வென்–லீ–யோட முதல் புருசன் – வட்டத் தலைவரோட பையன் – குடி கூத்தியார் சூதாட்டம்னு செய்யாத தப்பு இல்லை. அவளை அடிக்கடி அடிப்பான்னும் கேள்வி. பின்னாடி அந்த ஆள் குடிச்சிட்டு மோட்டார்பைக் ஓட்டிக்கிட்டுப் போய் ஒரு பெரிய மரத்துல மோதி வண்டி ஒடஞ்சிது, மனுசன் செத்தான். லூ–வென்–லீ எப்பிடி லியு வாத்தியார்கூட ஒன்னா இருக்க முடியும்? “நெனச்சே பாக்க முடியலியே?’ன்னு சொன்னேன். அவன் சிரிச்சிக்கிட்டே “டேபிள் டென்னிஸ் ஆட்டத்துல எதிராளி வாய்க்குள்ள போற மாரி பந்த அடிக்க முடியும்னு மட்டும் நெனச்சிப் பாக்க முடியுதா?”ன்னு கேட்டான். இதுவும் நெனச்சே பாக்க முடியாத விசயம்தான். இதுலருந்து தெரியறது என்னன்னா, உலகத்துல எண்ணிக்கையில்லாத மாற்றங்கள் நடந்துக்கிட்டே இருக்கு. யாருக்கு யார் வாழ்க்கைத் துணைன்னு எங்கயோ எழுதி வெச்சிருக்கு. ஏதேதோ காரணங்களாலே விபத்துகள் நடக்குது, விநோதமும் விந்தையுமா இருக்கு. யதார்த்தம் என்னன்னு சொல்லிட முடியாது.

ஏழு

2008ஆம் வருசம் ஆகஸ்டு மாசம் நா மெனக்கெட்டுக் கிளம்பி ட்ச்சிங்–தாவ் போய் ஹெ–ட்சிர்–வு–வைப் பாத்தேன். இதுக்கு முன்னாடி நா பல தடவை ட்ச்சிங்–தாவ் வந்திருக்கேன். பாடம் சொல்லித் தர இல்லை, மீட்டிங்–ல கலந்துக்கறதுக்கு. எப்பவுமே பயணத் திட்டம் ரொம்ப அவசர நெருக்கடியா இருக்கும். ஹெ–ட்சிர்–வு–வுக்கு இதுல ரொம்பக் கடுப்பு. “உன்னால ஒரு தடவையாவது வேற வேலை எதுவும் வெச்சிக்காம வர முடியுமா, முடியாதா?”ன்னு கேட்டான். “ஒரு மூணு பகல், மூணு ராத்திரி நாம ரெண்டு பேரும் நிதானமா பேசலாம். உன்கிட்ட சொல்றதுக்கு எவ்ளவோ வெச்சிருக்கேன். நிச்சயமா உன்னோட படைப்பு மனச தூண்டி வுட்டுடும். உன்ன ஒரு நாவல் எழுத வெச்சிடும். முன்னாடி நீ எனுக்குப் பத்து யுவான் கடன் குடுத்தியே, அதுக்கு பதிலா, இப்ப நா ஒரு நாவலுக்குக் கரு குடுக்கறேன்!”ன்னு சொன்னான்.

ஹெ–ட்சிர்–வு எனக்காக ஹுய்–ட்ச்சுவான் டைனாஸ்டி ஹோட்டல்ல கடலைப் பாத்த மாதிரி, கடல் அலை சத்தமே கேக்கற மாதிரி ஒரு எடம் ஏற்பாடு பண்ணியிருந்தான். அறைல நொழைஞ்சி உக்காந்த கால் மணி நேரத்துக்குள்ள ஹெ–ட்சிர்–வு இந்த முப்பது வருசத்துல நடந்த விசயங்களைச் சொல்ல ஆரம்பிச்சிட்டான். அடுத்த மூணு நாளுக்குள்ள நாங்க குடிக்கும்போதோ, கடற்கரையில நடக்கும்போதோ, அவன் வாயே மூடலை. அவன் என்னென்னமோ விதவிதமான சாப்பாடெல்லாம் வரவழைச்சான். பெரும்பாலும் நா மட்டுமே சாப்பிட்டேன். “நீயும் சாப்பிடு”ன்னு சொன்னேன். “இவ்ளோ செலவு பண்ணி வர வெக்கற. சாப்பிடலன்னா எப்படி?” அதுக்கு அவன், “நீ சாப்பிடு. நா ‘மூணு அதிகம்’ இருக்கிற ஆளு. இந்த மாதிரி சாப்பாடெல்லாம் சாப்ட முடியாது”ன்னு சொன்னான். சக்கரை, கொழுப்பு, ரத்த அழுத்தம். குடிப்பான், சிகரெட் பிடிப்பான், ஓயாம பேசுவான். அந்த மூணு நாளும் அவன் டிரைவரை விடுமுறைல அனுப்பிட்டு என்னை உக்கார வெச்சி அவனே கடல் காத்து வீச வீச வண்டி ஓட்டினான்.

“இவ்ளோ குடிச்சிட்டு வண்டி ஓட்றியே?”ன்னு கேட்டேன். “பயப்படாத”ன்னு சொன்னான். “கவலைப்படாத. நா காப்பியத் தலைவன் வு–ஸொங் மாதிரி – குடிக்கக் குடிக்கதான் விசயம் வரும்.” “நீ கத்தறதுல போலீஸ் வந்து நிறுத்தப் போறான்”ன்னு சொன்னேன். அவன் சிரிச்சிக்கிட்டே, “அவங்க ஏன் என்ன நிறுத்தப் போறாங்க?”ன்னு சொன்னான். வண்டி ஓட்டும் போதும் அவன் விடாம கையக் கைய ஆட்டிப் பேசிக்கிட்டே வந்தான். நா, “சகோதரர்களே! நீங்க கவனமாப் பாத்து வண்டிய ஓட்டலாம்”ன்னு சொன்னேன். அவன், “கவலைப்படாதப்பா. முப்பது வருசமா வண்டி ஓட்றேன். டிரைவர் சீட்ல உக்காந்த ஒடனே வண்டி நம்ம ஒடம்புல ஒரு பாகமா ஆயிடும்”ன்னு சொன்னான். தொடர்ந்து, “ஆனா, லு–த்தியன்–கொங் வண்டி ஓட்ற விதமே பிரமாதமா இருக்கும். நம்ம கிராமத்துப் பின்னாடி இருக்கிற கல் பாலத்தோட அகலம் காஸ்–51 ட்ரக்கோட அகலம் அளவுக்குத்தான் இருக்கும். அந்த ஆளு ஆக்ஸிலேட்டர்லருந்து கால எடுக்காமையே ஓட்டிக்கிட்டுப் போவாரு”ன்னு சொன்னான். நா சட்டுன்னு லு–த்தியன்–கொங் யாருன்னு கேக்க இருந்தேன். நல்ல காலமா அவன் யாரைச் சொல்றான்னு புரிஞ்சி போச்சி. இதலருந்து எனக்கும் ஹெ–ட்சிர்–வு–க்கும் இருக்கிற வேறுபாட்டைப் புரிஞ்சிக்கிட்டேன்.

அவன் சொன்னான்:

“நீ குடுத்த அந்தப் பத்து யுவான்–ல ஒரு யுவான் இருவது ஃபென் குடுத்து வெய்–ஃபாங் போற ரயிலுக்கு டிக்கட் வாங்கனேன். அந்த ரயிலு டச்சிங்–தாவ்–லருந்து ஷன்–யாங் போற வண்டி. நா வெய்–ஃபாங் வரைக்கும் தான் டிக்கட் வாங்கி இருந்தாலும் ஷன்–யாங் வரைக்கும் கட்டாயம் போயாவணும். ரயில்ல டிக்கட் பரிசோதன ரொம்ப அதிகம். பரிசோதன பண்ற நேரத்தில ரெண்டு போலீஸ்காரங்க கதுவு கிட்டயே நிப்பாங்க. யாரும் டிமிக்கி குடுக்க முடியாது. கொறஞ்ச பட்சம், வண்டிலருந்து எறக்கி வுட்டுடுவாங்க. அதிக பட்சம்னா, நல்லா ஒத குடுத்து அதுக்கப்புறம் வண்டிலருந்து எறக்கி வுட்டுடுவாங்க. எனுக்கு எதிர்ல ஒரு பட்டாளத்துப் பையன் ஒக்காந்திருந்தான். அவனோட புஜத்துல துக்கம் கொண்டாடுற கறுப்புத் துணி கட்டியிருந்துது. பாக்க, அவனோட அம்மாவோ அப்பாவோ செத்ததுக்கு துக்கம் அனுஷ்டிக்கறா மாரி இருந்துது. உனுக்குத்தான் தெரியுமே, நா வாங்–குய் தாத்தா கிட்ட ஆளுங்களப் பாத்தே எட போடறதுப் பத்திப் படிச்சிருக்கனே – (நெஜமா எனக்கு அவன் வாங்–குய் தாத்தா கிட்ட உடல்மொழி பத்திப் படிச்சான்னு தெரியாது) – அதனால அவன்கிட்ட நெருக்கமாயிடணும்னு பேச்சுக் குடுத்தேன். பேச்சும் வளந்துது, நெருக்கமும் கூடுச்சி. சட்டுன்னு சமீபத்தில செத்துப் போன அவனோட அப்பா என்னோட நெருங்கின தோழன்னு எடுத்து வுட்டேன். ஆச்சர்யகரமா அவனும் அதை மொத்தமா நம்பிட்டான். அப்புறம், அவன் கிட்ட நா, ‘தம்பி, அண்ணா இப்ப கஷ்டத்தில இருக்கேன். நீ கை குடுப்பேன்னு நம்பறேன்’ன்னு விசயத்தைச் சொன்னேன். அவன் அவனோட பாக்கட்ல இருந்து ஷன்–யாங் வரைக்கும் போற டிக்கட்டை எடுத்தான். ரகசியமா, ‘மொதல்ல நீ இதக் காமி. காரியம் முடிஞ்சதும் என்னோட டீ கப்புக் கீழ அதை வெச்சிடு’ன்னு சொன்னான். டிக்கட் பரிசோதனைக்கு ஆளுங்க வர்றதைப் பாத்ததும் அப்ப

டீ தர்றத்துக்கு வந்த சர்வர் கையில இருந்து டீ கெண்டிய வாங்கிக்கிட்டு, ஒக்காந்திருந்த எல்லாருக்கும் ரொம்ப மரியாதையா ஊத்தி ஊத்திக் குடுக்க ஆரம்பிச்சான். வண்டில இருந்தவங்க எல்லாரும் அவனப் பாத்து 'இவந்தான் தியாகி லெய்–ஃபங்–கோட வாழற வடிவம்'னு பெருமையா பேசனாங்க. அப்பல்லாம் ராணுவத்து ஆளுங்கன்னா மரியாதை ரொம்ப அதிகம். அவனோட ஒதவியால எந்த ஒரு பிரச்சனையும் இல்லாம ஷன்–யாங் போயிச் சேந்தேன். ராணுவத்து ஆளுங்கமேல இன்னும் எனுக்கு அபிமானம் அதிகம்தான். என்னோட பெரிய பொண்ணு ஒரு வடக்குக் கடல் படை ஆளத்தான் கல்யாணம் பண்ணிக்கிட்டு இருக்கா. ஒரு அணுகுண்டு போடற நீர்மூழ்கிக் கப்பலோட கேப்டன் அவன். அவளோட தங்கச்சி, அந்தக் கப்பல்லயே கட்சி விஷயங்களப் பாத்துக்கிற ஆளைக் காதலிக்கிறா. எம்பொண்ணுங்க ஆசப்பட்டுத் தேர்ந்தெடுத்த ஆளுங்களுக்கு நா மனசார ஆதரவு குடுக்கறேன். எம்பொண்ணுங்க கேப்டனையும் கட்சித் தலைவரையும் கல்யாணம் பண்ணிக்கிட்டா, ஒரு அணு நீர்மூழ்கிக் கப்பலே ஏறத்தாழ எங்க குடும்பத்துக் கீழதான்னு ஆயிடும். ஹா!ஹா!ஹா!ஹா!" அவன் சத்தமா குலுங்கிக் குலுங்கிச் சிரிச்சான்.

"என்னோட பொண்டாட்டியோடது பெலாரஸ்ல இருந்த பணக்காரக் குடும்பம்.

போல்ஷிவிக்–க்குங்க தொரத்துனதால இங்க ஓடியாந்தவங்க. முழுக்க முழுக்க ரஷ்யாக்காரங்க. ஆனா இவ சீனாவிலேயே பொறந்து சீனாவிலேயே வளந்த மொத்த முழு சீனாக்காரி. 1979ஆம் வருசம், நா ஏற்கெனவே பணம் பண்ணிட்டேன். கைல முப்பத்தி எட்டாயிரம் யுவான் இருக்கு. நா தில்லா இருப்பேன். துணிச்சலான ஆளு. ஆனா, என்னோட துணிச்சல், ஒரு விசயத்த நல்லா விசாரிச்சித் தெரிஞ்சிக்கிட்டு அலசிப் புரிஞ்சிக்கிட்டதுக்கு அப்புறம் வர்ற துணிச்சல். 1978ஆம் வருசம் கம்யூனிஸ்ட் கட்சியோட பதினொன்னாவது மையக் குழுக் கூட்டத்துக்கு அப்புறம் கிராமச் சீர்திருத்தங்கள்ளாம் வந்துது. ஜனங்க பண்ணனும்னு இருந்த கூட்டுறவு மன்றம் எல்லாத்தையும் கலைச்சாங்க. வெவசாயத்துக்கு நெலத்த ஒப்பந்தத்துக்குத் தந்தாங்க. நா ஒடனே யோசிச்சேன். நெலத்த விவசாயத்துக்கு எடுத்த ஜனங்களுக்கு ஒடனடியா அவசியம் தேவைப்படறது விவசாயம் பண்றதுக்கான விலங்குங்கதான். குதிர, மாடு. அந்தக் காலத்துல நெய்–மங்–கு–ல ஒரு ஜோடி நல்ல குதிர வாங்கினா 400 யுவான் ஆவும். ஆனா அப்புடியே சீனப் பெருஞ்சுவருக்கு உள்ளாற ஓட்டிக்கிட்டு வந்துட்டா அத 1000 யுவான்–னுக்கு விக்கலாம். நாலு பல்லு இருக்கற ஒரு எருது வாங்க 200 யுவான்தான் ஆவும். ஆனா பெருஞ்சுவருக்கு உள்ளாற ஓட்டிக்கிட்டு வந்துட்டா கொறஞ்ச பட்சம் 600 யுவான். அப்ப நா ஒரு போட்டோ புடிக்கிற ஸ்டுடியோ வெச்சிருந்தேன். வியாபாரம் நல்லா போச்சி. பெரிய பணம் பண்ணனும்னு அந்த போட்டோ ஸ்டுடியோவை பத்தாயிரம் யுவான்–னுக்கு வித்தேன். மந்தைக்காரங்ககிட்ட போய் முப்பது குதிர வாங்கினேன். ஒரு மந்தக்காரன வாடகைக்கு வெச்சி குதிரங்களப் பெருஞ்சுவருக்கு உள்ளாற ஓட்டிக்கிட்டு வந்தேன். ஹெ–பெய் எல்லைக்கு வந்ததுமே மந்தக்காரன் சோந்துட்டான். குதிர எல்லாம் களைச்சிப் போச்சி. புல்லு தேடறதும் கஷ்டமாப் போச்சி. எனுக்கு நெத்தி

சுருங்கிடுச்சி. ஆனா ஒரு யோசனை பண்ணேன். முப்பது குதிரங்களையும் ஷ்ஸ¬வான்–ஹு¬வா ஊரோட ஊராட்சி மைதானத்துக்கு ஓட்டிக்கிட்டுப் போனேன். நேரா ஊர்த் தலைவரைத் தேடிப் போனேன். நா நெய்–மங்–கு–ல இருந்து வர்ற மந்தக்காரன்னு சொன்னேன். இந்தப் பக்கத்துல வெவசாயிங்களுக்கு ஒப்பந்தத்துல நெலம் குடுத்திருங்காங்கன்னும் உழுவுற காலம் சீக்கிரம் வரப்போவுதுன்னும் வெவசாயத்துக்கான மாடு, குதிரங்க ரொம்ப கம்மின்னும் கேள்விப்பட்டு என்னோட முப்பது குதிரங்கள அன்பளிப்பா குடுத்துட்டுப் போலாம்னு வந்தேன்னு சொன்னேன். முப்பது தரமான குதிரங்க, அன்பளிப்பா குடுக்க. அந்த ஊர்த் தலைவரு, பாய்–ன்னு பேரு, வெறிச்சிப் பாத்தாரு, கண்ணக் கண்ண சொழட்டினாரு. நா உண்மயாத்தான் அன்பளிப்பா குடுக்க வந்தேன்னு சொன்னேன். ஊர்த் தலைவரு சதுக்கத்துக்கு வந்தாரு. அந்தத் தரமான குதிரங்களப் பாத்துட்டு, "உங்கிட்டருந்து சும்மா வாங்கிக்க முடியாது. இப்படிப் பண்ணலாம். நாங்க உனுக்குப் பணம் தர்றோம், ஒரு குதிரக்கு 800 யுவான்"ன்னு சொன்னாரு. நா, "அவ்ளோ வேணாம். ஒன்னுத்துக்கு 600 குடுங்க. ஒருவேள ஒங்களுக்கு இன்னும்கூடத் தேவப்பட்டா ஒடனே திரும்பிப்போயி ஒரு நூறு குதிர ஓட்டியாறேன். வேணும்முன்னா நீங்க ஆள அனுப்புங்க. நா வாங்கறத்துக்கு ஒதவி பண்றேன்"ன்னு சொன்னேன். இப்புடித்தான் அந்த வசந்த காலத்துல நா குதிரைத் தரகனா ஆயிட்டேன். 38,000 யுவான் லாபம் பாத்தேன். நானும் அந்தத் தலைவரு பாய்–யும் – அவரு இப்ப ஏற்கனவே மாநிலத் துணை ஆளுநரா ஆயிட்டாரு – அப்படித்தான் ஒன்னுக்கு ஒன்னா தோழர்களாயிட்டோம்.

மனுசனுக்குப் பணம் சேந்திடுச்சின்னா ஒடனே குடும்பம், தொழில்னு எறங்கிடணும். அப்ப எனுக்கு அவசியமா ஊருக்குத் திரும்பிப் போயி சின்ன வயசுக் கனவ நெனவாக்கணும்னு தோணிச்சி. ஒங்கிட்ட மறைக்க வேணாம். சின்ன வயசுல இருந்தே எனுக்கு லு–வென்–லீ மேல காதல். அவ்ளுக்கு ஒரு பரிசு தர்ற மாரி, அவ அப்பாவோட அந்த வண்டிய வாங்கிடணும். அப்புறம் அந்த வண்டில அவள ஒக்கார வெச்சிக்கிட்டு நெய்–மங்–கு போகணும்; பெரிய காரியங்கள் பாக்கணும்; நெறய பணம் சேக்கணும். நா விசாரிச்சப்ப, அரசாங்கத்தோடதா இருந்த அந்தப் பண்ணைய ஒப்பந்தத்துக்கு விட்டுட்டாங்கன்னும் அந்த ட்ரக்கு ஏற்கெனவே லு–த்தியன்–கொங்–குக்கு சொந்தமாயிடுச்சின்னும் கேள்விப்பட்டேன். அதனால ஒடனே, '8000 யுவான் குடுத்து ஒங்க வண்டிய வாங்கிக்கிறேன்'னு ஒரு தந்தி அடிச்சேன். அதிக வெல. நெஜமாவே அதிக வெல. அப்ப நான்–சிங்–ல தயாரிச்ச 'பெரும் பாய்ச்சல்' ழியி130 மாடல் புது வண்டி – அப்படியே காஸ்–51 ட்ரக்கக் காப்பி அடிச்சி பண்ணது – 8000 யுவான்–னுக்கு வித்துக்கிட்டு இருந்துது. அவரோட அந்த ஒடஞ்ச வண்டிக்கு அதிகம் போனா 2000 யுவான் குடுக்கலாம். நா லு–த்தியன்–கொங்–குக்கு 8000 யுவான் குடுத்தப்ப, 'நா அதிக வெல குடுத்து உங்க ஒடஞ்ச வண்டிய வாங்கறேன். ஒரு அன்பளிப்பு மாரின்னு வெச்சிக்கிங்களேன். நம்ம பக்கத்துல சொல்லுவாங்களே, 'ஆடறது என்னாவோ பட்டாக்கத்தி நாட்டியம்; அறுக்க நெனைக்கறதோ ராஜாவோட தலைய'–ன்னு, அந்த மாரி, ஹெ–ட்சிர்–வு வாங்கறது என்னாவோ வண்டிதான்; மனசு

என்னாவோ லு–வென்–லீ மேல தான்'ன்னு சொன்னேன். லு–த்தியன்–கொங் சிரிச்சிக்கிட்டே, ‘ஹெ–ட்சிர்–வு, உன் வயித்துல என்ன கபடம் அடச்சிக்கிட்டு இருக்குன்னு நா ரொம்ப முன்னாடியே ஊகிச்சிட்டேன். ஆனா கல்யாணம் பெரிய காரியம். பெத்தவங்களே எல்லாம் பண்ண முடியாது. நீ தெறமசாலி. நீயே தொரத்திப் பாரு. இருந்தாலும் பையா, உனுக்குப் பெரிசா ஒன்னும் கெடைக்காதுங்கறது என்னோட கணக்கு. கட்சி துணைச் செயலாளர் வாங்–கோட பையன் எங்க வீட்டு வென்–லீ மேல கண்ணு வெச்சிருக்கான். உண்மையச் சொல்லப்போனா எனக்கு அந்தப் பையனப் புடிக்கல. எலிக் கண்ணு, திருட்டு முழி. பாத்தாலே தெரியும் நல்ல பண்டம் இல்லன்னு. ஆனா என்னதான் சொன்னாலும் அவன் கட்சித் துணைச் செயலாளரோட பையன். வென்–லீ–க்குப் பிடிச்சிருக்குன்னா, நானும் அவ அம்மாவும் ஆத்தோட போக்குல படகத் தள்ள வேண்டியது தான். அவன் பின்னாடி எப்புடி இருப்பான்னு தெரியலன்னாலும் இருக்கற வரைக்கும் கட்சித் துணைச் செயலாளரோட சம்மந்திங்கற மரியாதை, மரியாதைதான்'ன்னு சொன்னாரு.”

ஹெ–ட்சிர்–வு தொடர்ந்து சொன்னான்:

“நா அந்த காஸ்–51 ட்ரக்க எடுத்துக்கிட்டு கிராமத்துக்குள்ள பெரும பீத்தலா சுத்திச் சுத்தி வந்தேன். இளமை துள்ளின காலம்பா அது! அப்புறம் ட்ரக்க நேரா ஊர்ச் சதுக்கத்துக்கே ஓட்டிக்கிட்டுப் போனேன். நா எப்ப வண்டி ஓட்டக் கத்துக்கிட்டேன்னு கேக்கற இல்ல? 76ஆம் வருசம் நா சூளையில கல்லு தூக்கற வேலை செஞ்சிக்கிட்டு இருந்தப்ப டிரைவர் ஷ்ஸு கூட நல்ல பழக்கம். அவரு சொல்லித் தந்தாரு. முன்னாடி லு–வென்–லீ–யோட அப்பா வண்டி ஓட்றத பாத்த அந்த உத்வேகம். நெஜமா பாத்தா ஒரு சிகரட் புடிக்கிற நேரத்துல இத ஓட்டக் கத்துக்கலாம். நா வண்டிய ஓட்டிக்கிட்டு ரப்பர் ஆலை முன்வாசலுக்குப் போனேன், லு–வென்–லீ–யப் பாத்துப் பேசலாம்னு. ஆனா அங்கருந்த பெரியவரு, அவ ஏற்கனவே மாத்தலாயி ஊருக்குள்ள தபாலாபீஸ் வேலைக்குப் போயிட்டான்னு சொன்னாரு. ஒரு கட்சித் துணைத் தலைவர் மருமக எப்புடி அழுக்குப் புடிச்ச, நாத்தம் புடிச்ச ரப்பர் ஆலையில வேலை செய்ய முடியும்னாரு அந்த ஓட்ட வாய் பெரியவரு.

நா ட்ரக்க ஓட்டிக்கிட்டு ஊர் தபாலாபீஸ் முன்வாசலுக்குப் போனேன். வண்டிய நிறுத்திட்டு பக்கத்துல இருந்த பெரிய கடையில ஒரு ஜோடி தோல் ஷூ வாங்கிப் போட்டுக்கிட்டேன். எடுத்தவுடனே புது ஷூ போட்டுக்கிட்டு நடக்கறது சங்கடமா இருந்துது. எல்லாரும் என் காலையே பாக்கறா மாரி இருந்துது. நா தபாலாபீஸ் உள்ள போனதுமே லு–வென்–லீ–யப் பாத்துட்டேன். தபால் தல விக்கற கவுன்ட்டருக்குப் பின்னாடி ஒரு நடுத்தர வயசு பொம்பளகிட்ட பேசிக்கிட்டு இருந்தா. நா அவ முன்னாடி போயி, “லு–வென்–லீ, நா ஆரம்பப் பள்ளிக்கூடத்துல ஊங்கூடப் படிச்ச ஹெ–ட்சிர்–வு. உன்னப் பாக்க உங்க அப்பா அனுப்புனாரு”ன்னு சொன்னேன். அவ ஒரு நிமிசம் வெறிச்சிப் பாத்துட்டு, இறுக்கமான குரல்ல, “எதுக்கு?”ன்னு கேட்டா. நா எதிர நின்ன வண்டியச் சுட்டிக்காட்டி, “அது உங்கப்பாவோட ட்ரக்கு. அவரு உன்னக் கூட்டிக்கிட்டு வரச்

சொன்னாரு"ன்னு சொன்னேன். அவ "நா வேலை பாக்கணுமே"ன்னா. நா, "அதுக்கென்ன? உனுக்கு வேலை முடியற வரைக்கும் நா போய் வண்டில காத்திருக்கேன்"ன்னு சொன்னேன்.

நா போய் ட்ரக்குல உக்காந்து சிகரட் புடிச்சிக்கிட்டு அவளுக்காகக் காத்துக்கிட்டு இருந்தேன். அப்ப ஊரு வெறுமையாக் கெடக்கும். அந்த மூணு மாடி நகராட்சிக் கட்டடம்தான் ஊர்லயே உயரமான கட்டடம். ட்ரக்குல உக்காந்துக்கிட்டு கட்டடத்து மேல இருந்த செவப்பு தேசியக் கொடியையும் கட்டடத்துக்குப் பின்னாடி இருந்த கோயிலோட கோபுரத்தையும் பாத்துக்கிட்டு இருந்தப்ப மனசு ஒரு மாதிரி பயபக்தியா இருந்துது. ஒரு சிகரட்டக்கூட இழுத்து முடிக்கல. அதுக்குள்ளே லு–வென்–லீ ஓடி வந்துட்டா. அவ ஏற நா ட்ரக்குக் கதவ தெறந்துவிட்டேன். நா ஒன்னும் கேக்காம ட்ரக்கக் கௌப்பி ஓட்ட ஆரம்பிச்சேன். அவ "என்னதான் விசயம்?"ன்னு கேட்டா. நா அவள சட்ட பண்ணாம ரொம்ப வேகமா வண்டிய ஓட்டினேன். கூடவே அப்பப்ப ஓரக் கண்ணால அவளப் பாத்தேன். அவ அவளோட தோளைக் கட்டிக்கிட்டு ஒக்காந்து, ஒதட்டக் குவிச்சி விசில் அடிச்சிக்கிட்டு வந்தா. இந்தப் பழக்கத்த இது வரைக்கும் அவ கிட்டப் பாத்தது இல்ல. பிரமாதமா இருந்துது. பதினெட்டு வயசான பொண்ணு மாறுவான்னு சொல்றாங்களே, நெஜம் அது. ஊரை விட்டு வெளிய வந்து பள்ளிக்கூட மைதானம் பக்கத்துல ஒரு காலி எடத்துல ட்ரக்க நிறுத்தினேன். ஏன் வண்டிய அங்க நிறுத்தினேன்? ஏன்னா இங்க தான் அவ ஊராட்சி அளவுல நடந்த சின்னப் பொண்ணுங்களுக்கான டேபிள் டென்னிஸ் போட்டில ஜெயிச்சா.

நா திரும்பி நிதானமா அவளப் பாத்தேன். அவ நெஜமாவே ரொம்ப அழகு. அவளுக்கு நிச்சயமா என்ன விசயம்னு புரிஞ்சிட்டு இருக்கணும். அவ கொஞ்சம் உஷாரா கொஞ்சம் கடுப்பா இருந்தா. "உனக்கு உள்ளபடி என்ன வேணும்?"னு கேட்டா.

நா சுத்தி வளைச்சிப் பேசற ஆள் கெடயாது. நேரடியா ஒடச்சிப் பேசினேன்: "லு–வென்–லீ, பத்து வருசத்துக்கு முன்னாடியிருந்தே நா ஒம்மேல ஆசையா இருக்கேன். நம்ம வகுப்ப விட்டு உருண்டோடனத்துக்கு அப்புறம் தீர்மானம் பண்ணிக்கிட்டேன் – எப்படியாவது பணம் சேக்கணும்; ஒடனே திரும்பி வந்து ஒன்ன கல்யாணம் பண்ணிக்கணும்." நா பக்கத்துல இருந்த பள்ளிக்கூடக் கட்டடத்த காட்டினேன். அது முன்னாடி மாதா கோயிலா இருந்துது. அங்கதான் டேபிள் டென்னிஸ் போட்டி நடந்துது. "நீ அந்தப் போட்டில ஜெயிச்சப்ப, ஒரு ஆளா ஆயிட்டு திரும்பி வந்து ஒன்ன கல்யாணம் பண்ணிக்கணும்னு மனசுக்குள்ள நெனச்சிக்கிட்டேன்."

அவ ஒதட்ட கொஞ்சம் சுழிச்சிக்கிட்டு "அப்படீன்னா? இப்போ நீ பணம் சேத்துட்டியா? ஒரு ஆளா ஆயிட்டியா?"ன்னு கேட்டா.

நா "நெஜமாவே அப்படிச் சொல்லலாம். உனுக்கு மாசம் என்ன சம்பளம்?"ன்னு கேட்டேன். அவ பதில் சொல்லல. "நீ சொல்லலன்னா பரவால்ல. எனுக்குத் தெரியும். உனுக்கு மாசம் 30 யுவான் சம்பளம். வருசத்துக்கு 360 யுவான் வருது. நா நெய்–மங்–கு–ல குதிரை, மாடு தரகு

பண்ணி 38,000 யுவான் சம்பாரிச்சிருக்கேன். ஒன்னோட நூறு வருசத்து சம்பளத்துக்குச் சமானம். 8,000 யுவான் குடுத்து ஒங்கப்பாவோட ட்ரக்க வாங்கியிருக்கேன். ஒன்னோட அப்பாவுக்கும் அம்மாவுக்கும் வயசான காலத்துல ஒரு தாராளமான ஒதவித்தொகன்னு வெச்சிக்கயேன். உனுக்குப் பின்னாடி வர இருந்த கஷ்டத்த எல்லாம் போக்கியாச்சி. அந்தப் பக்கம் எனுக்கு நெறைய நண்பனுங்க. எல்லாம் சௌகர்யமா போவும். இந்த 30,000 யுவான்–னை மொதலா வெச்சி இன்னும் கொஞ்ச வருசத்துல நா – இல்ல, நாம – 100,000 யுவான் குடும்பமா ஆயிடலாம். ஏன், 10,00,000 யுவான் குடும்பமாவே ஆயிடலாம். நா உத்தரவாதமா சொல்றனே. ஒன்னு, எப்பவுமே உனுக்குப் பணத் தட்டுப்பாடு வராது. ரெண்டு, எப்பவுமே நா உங்கிட்ட நல்லா நடந்துக்குவேன்."

அவ இறுகின குரலோட, "ரொம்ப பாவம் ஹெ–ட்சிர்–வு, எனக்கு ஏற்கனவே கல்யாணம் நிச்சயம் ஆயிடுச்சி"ன்னு சொன்னா.

நா, "நிச்சயதார்த்தமே கல்யாணம் ஆயிடாது. கல்யாணமே ஆயிருந்தா கூட வெவாகரத்து பண்ணலாம்"ன்னு சொன்னேன்.

அவ, "நீ எப்பிடி இந்த மாதிரி அர்த்தமில்லாம பேசற? எதை வெச்சி என்னோட வாழ்க்கைல குறுக்க வர்ற? எங்கப்பாவோட அந்த ஒடஞ்ச வண்டிய வாங்கிட்டதாலையா? உன்கிட்ட முப்பதாயிரம் யுவான் இருக்கறதாலையா?"ன்னு கேட்டா.

நா, "லு–வென்–லீ, நா உன்ன காதலிக்கறதால"ன்னு சொன்னேன். "நீ நரகத் தீயில குதிச்சிடக் கூடாதேங்கறதுக்காக. நா விசாரிச்சிட்டேன். ஒனக்குப் பாத்திருக்க அந்த மாப்பிள வாங்–சியன்–சுன் ஒரு அயோக்கியன், பொம்பளப் பொறுக்கி..."

அவ குறுக்கால புகுந்து, "ஹெ–ட்சிர்–வு, இப்படிப் பேசறது உனக்கே வெக்கமாயில்ல?"ன்னு கேட்டா.

நா, "உன்ன நா காப்பாத்தறேன். அதுக்கு எதுக்கு வெக்கப் படணும்?"ன்னேன்.

அவ, "உன்னோட நல்ல எண்ணத்துக்கு நன்றி. நீ யாரோ, நா யாரோ. என் விசயத்த நா முடிவு பண்ணிக்குவேன். தலையிட உனக்கு உரிமை கெடயாது"ன்னு சொன்னா.

நா, "நீ மறுபடி யோசிச்சிப் பாத்தா நல்லாயிருக்கும்"ன்னு சொன்னேன்.

அவ, "ஹெ–ட்சிர்–வு, நீ என்ன தொந்தரவு பண்ணாம இருப்பியா, மாட்டியா? இந்த விசயம் வாங்–சியன்–சுன்–னுக்கு தெரிய வந்துது, ஆளுங்கள அனுப்பி உன்ன நசுக்கிச் சாவடிச்சிடுவான்"ன்னு சொன்னா.

நா சிரிச்சிக்கிட்டே, "அவனுக்குத் தெரிஞ்சா நல்லாயிருக்கும். நீ அவனுக்குச் சொல்லும்மா"ன்னு சொன்னேன்.

அவ ட்ரக்குக் கதவத் தெறந்து கீழ எறங்கி, "ஹெ–ட்சிர்–வு, கொஞ்சம் பணம் சேந்ததும் தான் யாருங்கறத மறந்துடாத. நா சொல்றேன், எல்லாத்தையும் பணத்தால வாங்கிட முடியாது"ன்னு சொன்னா.

அவ திரும்பி ஊர் பக்கம் பாத்து நடக்க ஆரம்பிச்சா. அவ போறதையே பாத்துக்கிட்டு நா நெனச்சிக்கிட்டேன். நிச்சயமா பணத்தால எல்லாத்தையும் வாங்கிட முடியாது. ஆனா பணம் இல்லன்னா எதுவுமே பண்ண முடியாது. லு–வென்–லீ, நல்லபடியா இரும்மா.

நா வீட்டுக்கு வந்து வீட்டு முத்தத்தோட ஒரு பக்க செவுத்த இடிச்சிப் போட்டேன். லு–வென்–லீ அப்பாவோட வண்டிய வீட்டு முத்தத்துக்குள்ள ஓட்டிக்கிட்டுப் போனேன். அதத் தார்ப்பாய் போட்டு மூடினேன். இடிச்ச செவுத்தை மறுபடி வெச்சி சரி பண்ணினேன். எங்கப்பாகிட்ட அத நல்லபடியா பாத்துக்கச் சொன்னேன். எங்கப்பா திட்டினாரு. "எதப் பாத்துக்கறது? இந்த வண்டி றெக்க மொளச்சிப் பறந்து போயிடுமா என்ன?" நா அவர தொலைநோக்குப் பார்வையோட பாக்கச் சொன்னேன். எப்பனாச்சும் இந்த வண்டி ரொம்பப் பயன்படலாம். அம்மா அப்பாவுக்கு வேண்டிய ஏற்பாடெல்லாம் பண்ணிட்டு, தம்பிங்க ரெண்டு பேரோட நா திரும்பி நெய்–மங்–கு போனேன். அவுங்க எங்கூட சேந்து எல்லா தொழிலும் பண்ணாங்க. மர வியாபாரம், எஃகிரும்பு வியாபாரம், கால்நட வியாபாரம், ஆட்டுக் கம்பளி வியாபாரம். பணம் உருண்டு உருண்டு வர ஆரம்பிச்சிது. நா தில்லும் திட்டமும் இருக்கிற ஆளு. ஒரு சின்ன கத சொல்லி எனுக்கு தில்லும் திட்டமும் இருக்குன்னு நிரூபிக்கறேன்.

அப்பல்லாம் தனியாளுங்க கம்பளி கொண்டுபோய் விக்கக் கூடாது. சுங்கத் துறையோட எல்லைக்கு வெளிய இருந்து ஒரு டன் கம்பளிய தனியாளா சுங்க எல்லைக்கு உள்ளாற கொண்டாந்துட்டா பத்தாயிரம் யுவான் லாபம் பாத்துடலாம். அவங்க சுங்க எல்லைக் காவல் போட்டிருந்தாங்க. நா அச்சு அசல் ஒரே மாதிரியான ரெண்டு ட்ரக்கைப் புடிச்சேன். முன்னாடி ஒரு வண்டில பருத்தித் துணி சரக்கு ஏத்தினேன். பின்னாடி ஒரு வண்டில கம்பளி சரக்கு ஏத்தினேன். வண்டிங்க மேல கித்தான் துணியப் போட்டு மூடிக் கட்டினேன். சுங்கக் காவல் எல்லைக்குக் கிட்ட வந்ததும் கம்பளி சரக்கு இருந்த வண்டிய நிறுத்திட்டு, மொதல்ல பருத்தி சரக்கு இருக்கிற வண்டிய ஓட்டிக்கிட்டுப் போய் அவங்கள வண்டில இருந்த சரக்கை சோதன பண்ண விட்டேன். அவங்க சோதன பண்ணும்போது ஒன்னா சேந்து நா தந்த சிகரெட்டைப் புடிச்சோம். அவங்களுக்கு சாராய பாட்டிலுங்க குடுத்தேன். திரும்பி வரும்போது ஏதாவது பொருள் கொண்டு வரேன்னு வாக்குக் குடுத்தேன். சோதன முடிஞ்சதும் வண்டிய எடுத்துக்கிட்டு முன்னாடிப் போனேன். ஆனா கொஞ்ச நேரத்திலேயே நா வண்டிய திருப்பிக்கிட்டு அங்கயே போனேன். அவங்க கிட்ட, வண்டிக்கான ஸ்டெப்னி டயர வெச்சிட்டு வந்துட்டேன்னும் அவசியம் திரும்பப் போய் எடுத்துக்கிட்டு வரணும்னும் சொன்னேன். நேரா கம்பளி சரக்கு ஏத்தியிருந்த வண்டிகிட்ட போனேன். பருத்திச் சரக்கு ஏத்தியிருந்த வண்டிய நிறுத்தினேன். கம்பளிச் சரக்கு வண்டிய

எடுத்திக்கிட்டுத் திரும்பிப் போனேன். சுங்கக் காவல்காரங்களுக்கு ஸ்டெப்னி டயர் கெடச்சிடுச்சின்னு சொன்னேன். அவங்க அப்ப தானே சோதன போட்டாங்க. மறுபடியும் சோதன பண்ண அவசியம் இல்ல. இப்படி, 'வானத்த ஏமாத்திக் கடலக் கடந்த மாரி'ன்னு சொல்லுவாங்களே, அந்த மாரி நானும் என்னோட ரெண்டு தம்பிங்களும் ஒரு வசந்த காலத்தில நாப்பது டன் கம்பளி வித்து நாப்பதாயிரம் யுவான் சம்பாரிச்சோம்.

போகப் போக பணம் அதிகமாச்சி. போகப் போக நண்பர்களும் அதிகமானாங்க. ரெண்டு தம்பிங்களுக்கும் நகரத்துல குடியிருக்கறதுக்கான அனுமதிப் பத்தரம் வாங்கினேன், போக்குவரத்துக் கழகத்துல வேலையும் வாங்கிக் குடுத்தேன். குடியிருப்பு அனுமதிப் பத்தரம், நிரந்தரமான வேல மாதிரியான விசயங்களப் பத்தின மூட நம்பிக்கை இன்னும் இருந்த காலம் அது. 1982ஆம் வருசம், நா எங்க ஊருக்குப் போய் அம்மா அப்பாவுக்குப் புது வீடு கட்டித் தந்தேன். பழைய வீட்டை அப்படியே வெச்சிக்கிட்டோம். அந்த ட்ரக்குமேல போட்டுருந்த கித்தான் துணி மட்டும் இத்துப் போயிருந்துது. புதுத் துணி மாத்தினேன். எங்கப்பா ஏற்கனவே என்னத் திட்டறத விட்டுட்டாரு. எங்கம்மா கிட்ட, "ஹெ–ட்சிர்–வு பெருந்தன்மையான பையன். அவன் காரியத்துல நாம மூக்க நொழைக்க வேண்டியதில்ல"ன்னு சொன்னாரு.

எனுக்கு இன்னும் லு–வென்–லீ மேல ஆசை இருந்துது. ஆனா அவ அதுக்குள்ள வாங்–சியன்–சுன்–னைக் கல்யாணம் பண்ணிக்கிட்டா. வாழ்க்கை சுமாரா போயிக்கிட்டு இருக்கறதாக் கேள்விப்பட்டேன். இப்படி இருந்ததால, நானும் கல்யாணம் பண்ணிக்கணும்னு நெனச்சேன். நா கல்யாணத்துக்குப் பொண்ணு தேடறேன்னு கேள்விப்பட்டதுமே பத்துப் பாஞ்சி கல்யாணத் தரகருங்க வீட்டுக்கு வந்துட்டாங்க. அவங்க சொன்ன பொண்ணுங்க எல்லாமே அழகும் பாந்தமுமா இருந்த பொண்ணுங்க தான். நா யாருக்கும் புடி குடுக்கல. அப்ப ஒரு பொண்ணு அதுவே படியேறி வந்துது. அப்படி தானாவே படியேறி வந்ததுதான் உங்க அண்ணி ஜுலியா. அவ அப்ப அந்தக் கோட்டத்து விலங்குப் பண்ணைல வேல செஞ்சிக்கிட்டு இருந்தா. அவளுக்கு 'ரெட்ட சாவு'–ன்னு பட்டப் பேரு வெச்சிருந்தாங்க. அவளப் பின்னாடிலருந்து பாத்தா பிரமாதமா இருப்பா. ஜனங்க ஏக்கத்திலேயே சாவாங்க. முன்னாடி வந்துப் பாத்தா, முழுக்க மொகம் முழுக்க அம்ம போட்ட வடு. ஜனங்க பயத்திலேயே சாவாங்க. அவ படியேறி வந்தா. "ஹெ ஐயா, நா கேக்கறேன், உனக்கு எதுக்காக பொண்டாட்டி வேணும்?"னு கேட்டா. நா கொஞ்சம் யோசிச்சிட்டு, "மொதல்ல, புள்ளகுட்டிங்கள பெத்து வளர்க்கணும். ரெண்டாவது, எனுக்கு துணி தோய்ச்சி சோறாக்கிப் போடணும்"ன்னு சொன்னேன். "அப்படீன்னா நீ என்னத் தேர்ந்தெடு"ன்னு சொன்னா. நா கொஞ்சம் யோசிச்சிட்டு, என் தொடையில தட்டிக்கிட்டு, "நீதான்! கௌம்பு, கல்யாணப் பதிவு பண்ணப் போகலாம்!"ன்னு சொன்னேன்.

நானும் அவளும் கல்யாணம் பண்ணிக்கிட்டோம். அந்த ஏரியா மொத்தமுமே களேபரம் ஆயிடிச்சி. நீ யோசிச்சிப் பார். அந்த ஏரியாவுலயே பெரும் பணக்காரனான ஹெ–ட்சிர்–வு, ஒரு அம்ம வடு பொண்ணத்

தேர்ந்தெடுத்துக் கல்யாணம் பண்ணிக்கிட்டான். ரொம்பப் பேருக்குப் புரியல. அவங்களுக்குப் புரியாது தான். உனுக்குப் புரியுதா? தேவலோகக் கன்னிகைங்க மாதிரி இருக்கிற அண்ணன் பொண்ணுங்க ரெண்டையும் நீ பாரு, அப்பப் புரியும். கால்பந்தாட்டக் குழுவுல தூள் கௌப்புற அண்ணன் பையன நீ பாரு, அப்ப புரியும். உங்க அண்ணி நல்லாதான் இருப்பா. அந்த அம்ம வடு மட்டும்தான் அவ மூஞ்சக் கெடுக்கும். அம்ம வடு பரம்பர பிரச்சனை இல்ல. ஆனா, அவளோட சுத்த ரஷ்ய வம்சாவழியும், அவளோட உடம்பு வாகும் பரம்பரையா போயிச் சேரும். நா ஒரு சீனாவோட ஹான் வம்சப் பொண்ணை கட்டிக்கிட்டு இருந்தா, (சட்டப்படி) ஒரு கொழந்த தான் பெத்துக்க முடியும். ஆனா, நா ஒரு ரஷ்ய வம்சப் பொண்ணைக் கட்டிக்கிட்டா ஜாம்ஜாம்னு ரெண்டு குழந்த பெத்துக்க முடியும். கொஞ்சம் விசயங்களப் பண்ணா, மூணு குழந்த பெத்துக்கலாம். இப்ப உனுக்குப் புரியும், ஏன் அண்ணன் பொண்ணுங்க ரெண்டும் ஒரு அணு ஆயுதக் கப்பலையே 'புடிச்சிக்' கொண்டாந்துட்டாங்கன்னு! கலப்பினத்துக்கான கொள்ளை அழகு, நல்ல குணம், லேசுல கெடைக்காது! என் யோசனைய நல்லாப் புரிஞ்சிக்க. நம்ம காதலிச்ச பொண்ணக் கல்யாணம் பண்ணிக்க முடியலன்னா, நமக்கு நெறைய ஆதாயம் தரக்கூடிய பொண்ணா தேடிக் கல்யாணம் பண்ணிக்கணும். ஜூலியா அப்படிப்பட்ட பொண்ணுதான்".

ஹெ-ட்சிர்-வு தொடர்ந்து பேசினான்:

"1990கள்ல நெறயப் பணம் சம்பாதிக்கணும்னா கடலோரமா போயிடணும்னு எனுக்குத் தோணிச்சி. அதனால பெய்-ஜிங் வந்து உன்னப் பாத்தேன். மொதல்ல நம்ம கோட்டத்துக்கே மாத்தல் வாங்கிக்கிட்டு போனேன். அப்புறம் ட்ச்சிங்-தாவ் போனேன். உன் அண்ணிக்கு மொதல்ல நெய்-மங்-கு வீட்டுலருந்து கௌம்பப் பிடிக்கல. "ட்ச்சிங்-தாவ் போனதும் உனக்கு ஒரு பெரிய வீடு கட்டித் தரேன்"ன்னு சொன்னேன். அதோ அந்த வீடு, அது நா கட்டினது தான்"ன்னு, தூரத்துல பாலேடு நெறத்துல இருந்த ஒரு பெரிய வீட்டச் சுட்டிக்காட்டினான் ஹெ-ட்சிர்-வு.

அப்புறம் அவன் ட்ச்சிங்-தாவ்-ல செஞ்ச நெறைய பிரமாதமான காரியங்களப் பத்திச் சொன்னான். நா கேட்டுக்கிட்டு உடனே மறந்துட்டேன். எல்லாமே பணம் சம்பாதிச்சது, நண்பர்களைச் சேத்துக்கிட்டது, கொஞ்சம் கஷ்டம், நெறைய லாபம். நா, "ஹெ-ட்சிர்-வு, உனக்கு ஞாபகம் இருக்கா? கலாச்சாரப் புரட்சி தொடங்கின நேரம், நாம ஒரு நாடகம் போட்டோம். நா ட்சாங் வாத்தியாரோட அந்த கிழிஞ்சிப் போன மேல்கோட்டைப் போட்டுக்கிட்டேன். கோட்டுக்குள்ள ஒரு கூடைப்பந்தைச் சொருகிக்கிட்டு புள்ளத்தாச்சி மாதிரி வயித்தத் தள்ளிக்கிட்டு சோவியத் யூனியனோட நிகிதா க்ருஷ்ஷோவ் வேசத்துல நடிச்சேன். நீ தலைமுடியில பவுடரைக் கொட்டிக்கிட்டு 'சீனாவின் நிகிதா க்ருஷ்ஷோவ்' ஆன லியு-ஷாவ்-ட்ச்சீ வேசத்துல நடிச்ச. நாம் ரெண்டு பெரும் சேந்து, "க்ருஷ்ஷோவ் அண்ணே, லியு தம்பி, நம்ம பாட்டே ஒரு நாடகம் தான்"ன்னு பாடுவோம். நா தொடர்ந்து, "உருளைக்கிழங்கை சமைக்கணும்; மாட்டுக் கறியைச் சேக்கணும்"ன்னு பாடுவேன். நீ தொடர்ந்து, "கொஞ்சம் கஷ்டப்படணும்; பெரிய லாபங்கள் பாக்கணும்"ன்னு பாடுவ. உன்னோட வெற்றிக்குப்

பின்னாடி இருக்கற ரகசியம்கூட 'கொஞ்சம் கஷ்டப்பட்டு பெரிய லாபம் அடையறது தானப்பா"ன்னு சொன்னேன். அவன் கொஞ்சம் யோசிச்சிட்டு, "அடிப்படைல உண்மதான், ஆனா முழுக்க உண்ம கெடையாது. நெறைய நேரம் நா பெரிய கஷ்டங்கள அனுபவிச்சி அதனால சின்ன லாபம்கூட இல்லாமப் போயிருக்கேன்"ன்னு சொன்னான். நா, "லு–வென்–லீ–யோட அப்பா வண்டிய வாங்கினதப் பத்திச் சொல்றியா?"ன்னு கேட்டேன். அவன், "எப்பிடி இவ்ளோ அல்பமா இருக்க நீ? நா யார் கிட்டயும் கணக்குப் பண்ணி தான் நடந்துக்குவேன். ஆனா லு–வென்–லீ கிட்ட மட்டும்தான் கணக்குப் பண்ணி நடந்துக்கல"ன்னு சொன்னான். "அவளோட புருசன் செத்ததுக்கு அப்புறம் அவளப் பாக்கப் போனியா?"ன்னு கேட்டேன்.

ஹெ–ட்சிர்–வு சொன்னான்:

"லு–வென்–லீ–யோட புருசன் 1993ல ஒரு விபத்துல செத்துப் போயிட்டான். அப்ப நா ட்ச்சிங்–தாவ்–ல திரு. எக்ஸ்ஸோட வப்பாட்டி கூட கூட்டு சேந்து எஃகிரும்பு வியாபாரம் பண்ணிக்கிட்டு இருந்தேன். திரு. எக்ஸ்ஸோட செல்வாக்கால ட்ச்சிங்–தாவ்–ல கட்டுமான வேல நடக்கற எல்லா இடங்கள்லயும் இருந்த எஃகு தேவைக்கும் நாங்க முழு ஆதிக்கம் பண்ணிக்கிட்டு இருந்தோம். லு–வென்–லீ வெதவையாயிட்டான்னு கேள்விப்பட்டதும் என் மனசு அடிச்சிக்கிச்சி. உன் அண்ணிகிட்ட இந்த விசயத்தச் சொன்னேன். அவ ரொம்ப தாராள மனசோட, "நீ போய் அவளக் கூட்டிக்கிட்டு வந்துடு. சட்டப்படி கல்யாணம் பண்ணிக்கிட்டாலும் சரி, வைப்பா வெச்சிக்கிட்டாலும் சரி"ன்னு சொன்னா. ஆனா நா போய் அவளைப் பாக்கறதுக்குக் காத்துக்கிட்டு இல்லாம அவளே என்னத் தேடி வந்தா. அவ கருப்புல ஒரு அரைப் பாவாடையும் வெள்ளைக் கையுறையும் மொகம் முழுக்க நெறைய மேக்கப்பும் போட்டுக்கிட்டு, வயசு ஆனாலும் வாலிபம் குறையலன்னு சொல்லுவமே அந்த மாதிரி இருந்தா. இன்னும் வசீகரம் இருந்துது. அவ எடுத்ததுமே, "ஹெ–ட்சிர்–வு, நா வேதனைப்பட்டுட்டு வெளிய வந்திருக்கேன்"ன்னு சொன்னா. நா ஒளிவு மறைவு இல்லாம, "நீ கல்யாணம் பண்ணிக்கிட்டு என்னோட பொண்டாட்டியா இருக்க நெனக்கிறியா, இல்ல என்னோட வப்பா இருக்கவா?"ன்னு கேட்டேன். அவளும் ஒளிவு மறைவு இல்லாம, "இயல்பாவே, உன்னோட பொண்டாட்டியா இருக்கத்தான்"ன்னு சொன்னா. நா, "கல்யாணம் பண்ணிக்கறது ரொம்பப் பெரிய காரியம். நீ என்னோட வப்பா இருந்திடு. கடல் ஓரத்துல ஏதாவது அடுக்குமாடில ஒரு வீடு வாங்கித் தரேன். உன் செலவெல்லாம் பாத்துக்கறேன்."ன்னு சொன்னேன். அவ வேதனையோட சிரிச்சா. "அப்பன்னா உன்னத் தொந்தரவு பண்ணல"ன்னு சொன்னா."

"ரொம்ப சீக்கிரமே அவளும் பெரிய வாய் லியு வாத்தியாரும் கல்யாணம் பண்ணிக்கிட்டாங்கன்னு கேள்விப்பட்டேன். நா ரெண்டு பாட்டில் சாராயமும் ரெண்டு சிகரெட் பாக்கட்டும் எடுத்துக்கிட்டுத் தனியா சியாவ் ஆத்துப் பண்ணை பக்கத்துல இருக்கிற காலி மைதானத்துக்கு, எங்க லு–வென்–லீ மேல எனுக்கு இருக்கிற காதல அவளோட அப்பா

கிட்ட சொன்னேனோ அங்க போனேன். குடிச்சிக்கிட்டு, புகைச்சிக்கிட்டு, யோசிச்சிக்கிட்டு இருந்தேன். நா எப்பவுமே ஆளுங்களப் பாத்ததுமே எட போட்டுடுவேன்னுதான் நெனச்சிக்கிட்டு இருக்கேன். அவங்க மனசுல இருக்கறதை தெளிவாப் புரிஞ்சுக்குவேன். ஆனா, உண்மயில, என்னோட அல்ப புத்திய வெச்சிக்கிட்டு தான் நா மத்தவங்கள எட போட்டிருக்கேன். ஏன் நா எல்லாரையும் எட போட்டுடுவேன்னு பாத்தா, எங்கூட பழகறவங்க பெரும்பாலும் அல்ப ஜனங்க. ஆனா லு–வென்–லீ, அவ ஒரு பண்பான பொண்ணு."

நா டச்சிங்–தாவ் விட்டுக் கெளம்பறத்துக்கு முன்னாடி நாள் சாயங்காலம் ஹெ–ட்சிர்–வு என்னை அவனோட வீட்டுக்குச் சாப்பிடக் கூட்டிக்கிட்டுப் போனான். அவன் பொண்டாட்டி மீன் கொழுக்கட்டை பண்ணியிருந்தாங்க. எங்க காவ்–மீ பக்கத்துல பண்ற மாதிரி ஒரு கிண்ணத்துல பூண்டுத் தொக்கும் வெச்சிருந்தாங்க. ரொம்ப அக்கறையும் அன்புமா பெரிய சாரீரத்தோட இருந்தாங்க. பாத்த உடனே பண்பான மனைவியாவும் அன்பான அம்மாவாவும் இருக்கறவங்கன்னு தெரிஞ்சுது. குடிச்சிட்டுப் பாதி மயக்கத்துல இருக்கறப்ப ஹெ–ட்சிர்–வு எழுந்து விளக்கை அணைச்சிட்டு அவங்க வீட்டு சமையல் அறை கண்ணாடி ஜன்னலப் பாக்கச் சொன்னான். அதுல தாமிரக் காசுங்க மாதிரி – வட்ட வட்டமா, நடுவுல சதுர ஓட்டையோட – வெளிச்சம் விழுந்து தங்கமா மின்னிக்கிட்டு இருந்துது. "எங்கருந்து வருது இந்த வெளிச்சம்?"ன்னு கேட்டேன். "தெரியாது. ரொம்ப தடவ கண்டுபிடிக்கப் பாத்தும் இது எங்கருந்து வருதுன்னு தெரியல. கடலை ஒட்டி நெறைய பங்களாங்க இருக்கு. ஆனா நா போகமாட்டேன். இங்க தான் வாழுவேன்"ன்னு சொன்னான். "நீ கஞ்சன்"ன்னு என் வாயிலருந்து வார்த்தை வர இருந்துது. ஆனா கஷ்டப்பட்டு அடக்கிக்கிட்டேன். வியாபாரத்துல இருக்கிற இந்த மாதிரி ஆளுங்களுக்குப் பணம் அதிகமாக அதிகமாக, மூட நம்பிக்கையும் அதிகமாகும். அபசகுனமா எதையும் கேட்டுடாம நல்ல வார்த்தையே காதுல விழணும்னு நெனைப்பாங்க. "கஞ்சன்"ங்கற வார்த்தையை, "செல்வ தெய்வத்த நல்லா பாத்துக்கற"ன்னு மாத்திச் சொன்னேன். அவன் ரொம்ப குஷியாயிட்டான். "பெரிய எழுத்தாளன்தான் வாயத் தெறந்தா நல்ல உவமை சொல்லுவான்"ன்னு சொன்னான்.

நா திரும்பி பெய்–சிங் திரும்பி வந்தேன். ஒரு நாள் ஹெ–ட்சிர்–வு போன் பண்ணினான். லொங்–க்கோவ் கடற்கரை பக்கம் ஒரு நெலம் பாத்து வெச்சிருக்கறதாகவும் மனை போட்டு விக்கலாமான்னு யோசிக்கறதாகவும் சொன்னான். "நீ கொஞ்சம் வர முடியுமா"ன்னு கேட்டான். "நீ பட்டாளத்துல சேந்தப்ப உனுக்கு அதிகாரியா இருந்துட்டு, இப்ப ஹுவாங் ஊராட்சித் தலைவரா இருக்காரே ட்ஸுவோ, அவரோட பையன் ட்ஸுவோ–லியன் தான் இங்க நெல விவகாரமெல்லாம் பாத்துக்கற அதிகாரியா இருக்கான். உன் பேரைச் சொன்னதுமே அந்தப் பையன் மொகமெல்லாம் பிரகாசமாயிடுச்சி. அவன் சொல்றான், அவன் நீ பாத்து வளர்ந்த பையனாம்"ன்னு சொன்னான். நா கொஞ்சம் தயங்கினேன். ஆனா ஏதோ ஒரு சாக்கு சொல்லித் தட்டிக் கழிச்சிட்டேன்.

எட்டு

இந்த வருசம் மே மாசம், காவ்–மீ ஊராட்சியோட பண்பாட்டுத் துறையும், தகவல் ஒலிபரப்புத் துறையும் சேந்து மொதல் மொதலா எங்க ஊரோட பாரம்பரியமான மாவ்-ட்ச்சியாங் நாட்டிய நாடகத் தொலைக்காட்சிப் போட்டி வெச்சி அதை ஒளிபரப்ப முடிவு செஞ்சாங்க. பண்பாட்டுத் துறையோட தலைவர் லு இதுக்காகவே நேரடியா பெய்-சிங் வந்து நா ஊருக்கு வந்து இந்தப் போட்டிக்கு ஒரு நடுவரா இருந்து நடத்திக் குடுக்கணும்னு கேட்டுக்கிட்டாரு. ரொம்ப கேட்டுக்கிட்டதால ஒத்துக்க வேண்டியதாப் போச்சி. மூணு வருசத்துக்கு முன்னாடி காவ்–மீ-யோட மாவ்-ட்ச்சியாங் நாட்டிய நாடகம் சீனாவின் தேசிய பண்பாட்டுப் பாரம்பரியமா தேர்ந்தெடுக்கப்பட்டுது. இந்த நாடகக் கலை வடிவம் வருங்கால சந்ததிக்கெல்லாம் கெடைக்கணும்னு ஊராட்சியும் கட்சியும் சேந்து மாவ்–ட்ச்சியாங் நாட்டிய நாடக சிறுவர் குழு ஒன்னு அமைக்கறதுக்குத் திட்டம் போட்டாங்க. ஆரம்பப் பள்ளிக்கூடத்திலருந்து நாப்பது சின்னப் பிள்ளைங்களைத் தேர்ந்தெடுத்து, வெய்-ஃபாங் கலைப்பள்ளியில நாட்டிய நாடகப் பயிற்சி குடுத்து பின்னாடி வேலைவாய்ப்பும் தர்றதா திட்டம். இந்தத் திட்டத்துக்குத் தேர்ந்தெடுக்கப்படறத ஒரு டிவி போட்டியா மாத்தினதாலயும் முக்கியத்துவம் கூடிப் போச்சி. ஐநூறு பேருக்கும் மேல போட்டிக்கு வந்தாங்க.

ஊராட்சி விருந்தினர் விடுதில தங்கி இருந்தப்போ தெனமும் தெரிஞ்சவங்க, நண்பருங்க, சொந்தக்காரங்கன்னு வந்து அவங்க பிள்ளைங்களை இந்தச் சிறுவர் குழுவுல சேத்து விடணும்னு பண்ணின தொல்லைய என்னால தாங்க முடியல. ஊராட்சியில இருந்த கலைப் பிரமுகருங்ககூட கலந்து பேசி இந்த நாட்டிய நாடக சிறுவர் குழுவுக்கு நாடகங்களை உருவாக்க வேண்டியிருந்ததால நா பெய்-சிங் திரும்பவும் முடியல. துறைத் தலைவர் லு எனக்குத் தொந்தரவு இல்லாம இருக்கணும்னு இன்னொரு ஹோட்டல்ல தங்க ஏற்பாடு

பண்ணாரு. ஆனா நெனச்சே பாக்க முடியாம, புது எடத்துக்குப் போன அரை நாளுக்குள்ள என் போன்ல ஒரு சேதி வந்துது: பள்ளித் தோழனே, ரொம்ப நாள் முன்பே என்னை மறந்திருப்பாய் அல்லவா? நா லு–வென்–லீ. இப்போது, கீழே ஹோட்டலின் வரவேற்பு அறையில் இருக்கிறேன். இறங்கி வந்து என்னைக் கொஞ்சம் சந்திக்க முடியுமா? ஒரு ஐந்து நிமிடம்தான்.

நாங்க ஹோட்டலோட பார்ல உக்காந்தோம். சர்வர் வந்தப்ப, நா அவகிட்ட "என்ன குடிக்கற?"ன்னு கேட்டேன். அவ, "சாராயம் இருக்கா?"ன்னு கேட்டா. எனக்கு திடுக்குன்னு இருந்துது. சர்வர் சிரிச்சிக்கிட்டே, "நிச்சயமா இருக்கு. உங்களுக்கு என்ன மது வேணும்?"ன்னு கேட்டார். "மதுன்னா எதுவா இருந்தாலும் சரி"ன்னு அவ சொன்னா. சர்வர் சிரிச்சிக்கிட்டே என்னைப் பாத்தாரு. நா, "எங்க ரெண்டு பேருக்கும் சிவப்பு வைன் கொண்டு வாங்க"ன்னு சொன்னேன். சர்வர் இருக்கற வைன் பேரையெல்லாம் சொல்ல ஆரம்பிச்சாரு. "எது ரொம்ப நல்லதோ, அதக் குடுங்க"ன்னு சொன்னேன். லு–வென்–லீ அவசரமா, "நா தான் பணம் குடுப்பேன்"ன்னு சொன்னா. நா, "வேணாம். என் பில்லுல சேத்துடறேன்"ன்னு சொன்னேன். அவ கொஞ்ச நேரம் பேசாம இருந்துட்டு, தீனமா, "நிஜம் தான். நீ இப்ப பெரிய பிரமுகர் ஆயிட்ட. உன்ன டிவில தான் பாக்க முடியும்"ன்னு சொன்னா. நா, "ரொம்ப ஊதிப் பெரிசாக்கிட்டல்ல? மோசடி பண்றவனுக்கு, தன்னோட சொந்த ஊர்க்காரனைப் பாத்துட்டா ரொம்ப பயம். மோசடி பண்றவனுக்கு, பள்ளித் தோழர்களப் பாத்துட்டா தான் அதவிடப் பயம். நாம ரெண்டு பேரும் ஒன்னா படிச்சவங்க மட்டுமில்ல, ஒரே பெஞ்சில உக்காந்து படிச்சவங்க"ன்னு சொன்னேன். அவ, "நீ மறந்திருப்பன்னு நெனச்சிக்கிட்டு இருந்தேன்"ன்னு சொன்னா. "அதெப்படி முடியும்? மனுசனுக்கு அம்பது வயசானா, கண்ணுக்கு எதிர நடக்கற விசயமெல்லாம் மனசுல நிக்காது. முன்னாடி நடந்த விசயமெல்லாம் போகப்போக இன்னும் தெளிவா ஞாபகத்துக்கு வரும்"ன்னு சொன்னேன். அவ, "எனக்கும் தான். கனவுன்னு வந்தா, அந்தக் காலத்து விசயங்க தான் கனவுல வருது"ன்னு சொன்னா. "நமக்கு வயசாயிடுச்சின்னு அர்த்தம்"ன்னு சொன்னேன். அவ, "ஆம்பளைக்கு அம்பது வயசானா அதுதான் நல்ல காலகட்டம். பொம்பளைக்கு அம்பது வயசாயிடுச்சின்னா, சூனியக்காரக் கிழவி ஆயிட்டான்னு அர்த்தம்"ன்னு சொன்னா. அவ தொளதொளன்னு ஒரு கறுப்புப் பாவடையப் போட்டுக்கிட்டு இருந்தாலும் இடுப்பு பெருத்தத மறைக்க முடியல. அவளோட அழகான நீட்டு மொகம், இப்ப நிலா மாதிரி வட்டமா மாறியிருந்துது. கருவளையம் படிஞ்ச கண்ணு இமைச் சதை சுருங்கித் தொங்கிக்கிட்டு இருந்துது.

மது வந்துது. நாங்க வைன் கோப்பைகள 'சியர்ஸ்' சொல்லி இடிச்சிக்கிட்டோம். அவ அவசர அவசரமா ஒரு மொடக்குக் குடிச்சா. நா, "லியு வாத்தியார் சௌக்கியமா?"ன்னு கேட்டேன். அவ பெருமூச்சி விட்டுட்டு, "போயிட்டார்"ன்னு சொன்னா. நா அசந்து போய், "எப்படி?... லியு வாத்தியாருக்கும் அறுவது அறுவத்தி அஞ்சி வயசுதான் இருக்கும்..."ன்னு கேட்டேன். அவ, நா தான் "விதவைக்காரி–ஆம்பளைங்கள ஒழிக்கறவ..."ன்னு சொன்னா. நா, "இதெல்லாமா பேசுவாங்க..."ன்னு சொன்னேன். அவ இன்னொரு மிடக்கு வைனைக்

குடிச்சா. கண்ணுல தண்ணி மெல்ல மெல்ல சேந்து பளபளக்க, என்னை உத்துப் பாத்துச் சொன்னா: "என்னோட வாழ்க்கை ரொம்பக் கொடுமை..." கொஞ்சநேரம்கூட அவளுக்குத் தேறுதலா எதுவும் சொல்ல முடியாம, மறுபடியும் அவளோட வைன் கோப்பையில என் கோப்பையை லேசா இடிச்சேன். அவ கோப்பையில இருந்த வைன் மொத்தத்தையும் ஒரே மொடக்கா குடிச்சிட்டு, "இதப் பத்திப் பேச வேணாம். நா உன்னத் தேடி வந்தது உங்கிட்ட ஒரு உதவி கேக்கத்தான்"ன்னு சொன்னா. ஒரு போட்டோவை எடுத்து எங்கிட்ட குடுத்தா. "இது என்னோட பொண்ணு. லியு–ஹுவான்–ஹுவான். நாட்டிய நாடக சிறுவர் குழுவில சேர்ற போட்டியில கலந்துக்க பேரு குடுத்திருக்கு. ரெண்டு கட்டம் தாண்டி முதல் அறுவது பேர்ல ஒருத்தியா இருக்கா. எல்லாக் குடும்பங்களும் அவங்கவங்க பிள்ளைங்களைச் சேத்துவிட முனைப்பா இருக்காங்கன்னு கேள்விப்பட்டேன். நானும் வெக்கம் மானம் பாக்காம உன்னத் தேடி வர வேண்டியதா போச்சி."

என் கையில இருந்த போட்டோவப் பாத்தேன். லியு–ஹுவான்–ஹுவான். பெரிய வாய், பெரிய கண்ணு. லியு வாத்தியார் சாயல் தெரிஞ்சிது. ஆனா அப்படியும் லு–வென்–லீ மாதிரியே இருந்தா. தேர்வுக் குழு ஆளுங்க இந்த லியு–ஹுவான்–ஹுவான் பேரைச் சொல்லிக் கேட்ட மாதிரிதான் இருந்துது. நா துறைத் தலைவர் லு–சு–ட்சாங்–குக்கு இது பத்திக் கேட்டு போன்ல ஒரு சேதி அனுப்பினேன். அவரு பதில் அனுப்பினாரு: 'பிரமாதமான திறமை. வெறும் இரண்டு பேரைத்தான் தேர்ந்தெடுக்க வேண்டுமென்றாலும்கூட இவள் அதிலே இருப்பாள்.' நா லு–சு–ட்சாங்–கோட போன் சேதிய லு–வென்–லீ–க்குக் காட்டினேன். அவ கண்ணுலருந்து பொங்கிப் பொங்கி தண்ணி வந்துது. நா, "இப்ப மனசு நிம்மதி ஆச்சா?"ன்னு கேட்டேன். அவ தேம்பிக்கிட்டே "ரொம்ப நன்றி... ரொம்ப நன்றி..."ன்னு சொன்னா. நா "யாருக்கு நன்றி சொல்ற? பொண்ணு திறமைசாலி, புத்திசாலி, போட்டியில நல்லா பண்ணியிருக்கா!"ன்னு சொன்னேன். அவ, "இந்தக் காலம் பத்தி எனக்குத் தெரியும். நா புரிஞ்சிக்கிட்டேன்... பள்ளித் தோழனே, ரொம்ப நன்றி"ன்னு சொன்னா. அவளோட பையில இருந்து ஒரு உறையை எடுத்து நீட்டி, "பள்ளித் தோழனே, இதுல பத்தாயிரம் யுவான் இருக்கு. வேற மாதிரி நெனைக்காத. எனக்குப் பதிலா, துறைத் தலைவர் லு–வையும் மத்தவங்களையும் பார் எதுக்காவது குடிக்கக் கூட்டிக்கிட்டுப் போ..."ன்னு சொன்னா.

நா கொஞ்சம் யோசிச்சிட்டு சொன்னேன்: "சரி, பள்ளித் தோழியே, நா வாங்கிக்கறேன்."

○○○

பயணியின் காலச்சுவடு வெளியீடுகள்

வாரிச் சூடினும் பார்ப்பவரில்லை

கவித்தொகை: சீனாவின் 'சங்க இலக்கியம்'

சீனத்திலிருந்து தமிழில்: **பயணி**

ரூ. 140

கவித்தொகை

- சீன இலக்கிய வரலாற்றின் முதல் நூல்.
- சீனாவின் அரசியல், கலை மற்றும் சமூக வாழ்வை நிர்ணயித்த நூல்.
- நாட்டுப் பாடல்கள், விழாப் பாடல்கள், வேண்டுதல் பாடல்களின் தொகுப்பு.

மிக நெடியதும் வளமானதுமான சீன மரபு இலக்கியக் கருவூலத்திலிருந்து எந்த நூலும் தமிழில் இதுவரை நேரடியாக மொழிபெயர்க்கப்பட்டதில்லை என்ற வசை இன்று பயணியால் கழிந்தது.

ஆ.இரா. வேங்கடாசலபதி

மூவாயிரமாண்டுப் பழமையையும் முற்றிலும் வேறுபட்ட மொழியமைப்பையும் கடந்து சீனச் சாயல் சிதையாமல் தமிழாகியிருக்கும் 'கவித்தொகை'யைத் தாம் கலந்து பயிலும் எவரும் அது காட்டும் வாழ்வின் துடிப்பையும் கவித்துவத்தையும் உணர முடியும்; தமிழ்ச் செவ்வியல் இலக்கியத் தொடர்புடையோரெனில், மேலும் ஆழ்ந்து திளைக்க முடியும்; பழந்தமிழ்ப் பனுவல்களைச் சீனச் செவ்வியல் ஒளியில் துலக்கிக் காட்ட முடியும்.

மதிவாணன்

சீன மொழி – ஓர் அறிமுகம்

பயணி

ரூ. 35 (வி.பி.பி.யில் ரூ. 45)

இந்நூல் தாய்மொழி மூலமாகக் கற்றலையும் சீனமொழியைப் பற்றிக் கற்றலையும் நோக்கங்களாகக் கொண்டுள்ளது இவ்விரு நோக்கங்களையும் முழுமையாக அடைவதற்கான அறிமுக நூலாக இந்நூல் கட்டமைக்கப்பட்டுள்ளது. இவ்விரு நோக்கங்களிடையே யுள்ள வேறுபாட்டைத் துல்லியமாக உணர்ந்து இந்நூலின் அகக் கட்டுமானத்தைச் சிறப்பாக அமைத்துள்ளார் பயணி.

சீனமொழியைப் பற்றிய செய்திகளையும் அதனைக் கற்றுப் பயன்படுத்துவதற்கான பாடங்களையும் அறிமுகமாக அடக்கத்தோடு தந்து மொழிப் பயிற்று நூல் வரிசையில் இந்நூல் முத்திரை பதித்துள்ளது.

சு. இராசாராம்